உலகப் புகழ் பெற்ற

டால்ஸ்டாய் நீதிக்கதைகள்

லியோ டால்ஸ்டாய்

தமிழில் : கார்த்தீபன்

வானவில்
புத்தகாலயம்
உங்கள் வண்ணக்
கனவுகள் நனவாக...

10/2 (8/2) போலீஸ் குவார்ட்டர்ஸ் சாலை
(தி.நகர் பேருந்து நிலையத்திற்கும் காவல்
நிலையத்திற்கும் இடைப்பட்ட சாலை)

தி.நகர், சென்னை - 600 017

தொலைபேசி : 2434 2771, 65279654.

Publisher
Karthikeyan Pugalendi

Layout
Shrusti Graphics
Chennai - 17

Title: **Ulaga Pugazhpetra Tolstoy Kathaigal**
Author: **Leo Tolstoy**
Addre...:
Vanavil Puthakalayam
10/2(8/2) Police Quarters Road (First Floor)
(Between Thiyagaraya Nagar Bus Stop & Police Station)
Thiyagaraya Nagar, Chennai - 17
Phone: 24342771, 29860070
Cell: **72**000 **50**0**73**
Vanavil Puthakalayam
6 th sense_karthi
e-mail : vanavilputhakalayam@gmail.com
Website: www.sixthsensepublications.com

Edition:
New : January, 2024

Pages : 160
Price : ₹ 199

No part of this book may be reproduced or transmitted in any form without permission in writing from the author or publisher

நீங்கள் Smart Phone உபயோகிப்பவராக இருந்தால் QR Code Reader Application மூலம் இதை Scan செய்தால் நேரடியாக எமது இணையதளத்திற்குச் சென்று மேலும் எங்கள் வெளியீடுகள் பற்றிய விவரங்களைப் பெறலாம்.

ISBN :978-93-82578-05-5

தலைப்பு : உலகப் புகழ்பெற்ற
டால்ஸ்டாய் கதைகள்
நூலாசிரியர் : லியோ டால்ஸ்டாய்
பக்கங்கள் : 160
விலை : ரூ.**199**

புதிய பதிப்பு : ஜனவரி, 2024

வானவில் புத்தகாலயம்
10/2 (8/2) போலீஸ் குவார்ட்டர்ஸ் சாலை (முதல் தளம்)
(தியாகராயநகர் பேருந்து நிலையத்திற்கும் காவல்
நிலையத்திற்கும் இடைப்பட்ட சாலை)
தியாகராயநகர், சென்னை – 600 017
தொலைபேசி : 29860070, 24342771
கைபேசி: **72**000 **50**0**73**
மின்னஞ்சல்: vanavilputhakalayam@gmail.com

இந்தப் புத்தகத்திலுள்ள எந்த ஒரு பகுதியையும் பதிப்பாளர் மற்றும் எழுத்தாளர் அனுமதியை எழுத்து மூலம் பெறாமல் பதிப்பிக்கவோ, நாடகமாக்கவோ, திரைப்படமாக்கவோ கூடாது

லியோ டால்ஸ்டாய் பற்றி...

கவுண்ட் லியோ நிக்கோலேயேவிச் டால்ஸ்டாய் (Count Leo Nikolayarich Tolstoy) சுருக்கமாக உலகத்தாரால் லியோ டால்ஸ்டாய் என்று அழைக்கப்படும் இவர் 1828இல் பிறந்தார்.

இவரது பாட்டனார் இலியா டால்ஸ்டாய் காஸானில் கவர்னராய் இருந்தவர். தந்தையார் பெயர் நிக்கோலே டால்ஸ்டாய். இவர் பெரும் செல்வந்தர் குடும்பத்தில் பிறந்தவர். ஏராளமான நிலங்களும் எஸ்டேட்டுகளும் இவரது குடும்பச் சொத்தாக இருந்தன. கவுண்ட் என்பது இவர்களுக்கு அளிக்கப்பட்ட பிரபுத்துவப் பட்டம்.

டால்ஸ்டாய் செல்வக் குடியிலே பிறந்திருந்தாலும் அவருடைய வாழ்க்கை ஒரு சோகக்கதையாகவே இருந்தது. இரண்டு வயதில் இவர் தாய் இறந்து போனாள். ஒன்பது வயதில் தந்தையையும் பறிகொடுத்து விட்டு அனாதையாய் நின்றார். அதற்குப் பின் அத்தை ததியானாவின் அரவணைப்பிலே வளர்ந்தாலும் இவர் வாழ்க்கை போராட்ட வாழ்க்கையாகவே இருந்தது.

டால்ஸ்டாய் படிப்பில் சூட்டிகையானவராக இருக்கவில்லை. தனது 16வது வயதில் காலான் பல்கலைக் கழகத்தில் படித்து மெட்ரிகுலேசனில் தேர்ந்தார். மேலும் படிக்கத்தான்

ஆசைப்பட்டார். ஆனால் அவர் விரும்பிய துறை கிடைக்க வில்லை. அதனால் சட்டம் படித்துப் பட்டம் பெற்றார்.

இவருக்கு தனது தாய் மொழியான ருஷ்ய மொழி தவிர பிரெஞ்சு, ஆங்கிலம், ஜெர்மன், போலீஷ், செக், பல்கேரியா, டாடார், இத்தாலி, அராபி, டச்சு, இலத்தீன், கிரேக், ஹெப்ரியூ இந்த மொழிகளிலும் நல்ல தேர்ச்சி இருந்தது. அதனால் இம்மொழிகளிலுள்ள எழுத்தாளர்களின் படைப்புகளை யெல்லாம் வாசிக்கும் பேறு பெற்றார். அவற்றை ஆராயவும் செய்தார்.

தான் கற்றறிந்த, கேட்டறிந்த வாழ்க்கை நெறிகளை வாழ்க்கையில் பின்பற்றவும் முயன்றார். ஆனால் அவர் வாழ்க்கை முள் பாதையாகத்தானிருந்தது. ஆனாலும் அவர் அஹிம்சா நெறியைக் கடைப்பிடித்தார்.

யாஸ்னயா - போல்யானா என்ற எஸ்டேட்டில் இருந்த பெரிய மாளிகையில் பிறந்த இந்த மாமேதை தன் கடைசி காலத்தில் வேறொருவரின் இல்லத்திலிருந்த சின்னஞ்சிறு அறையிலே மரணத்தைத் தழுவினார். அஸ்டபோவோ என்ற இரயில் நிலையத்திலிருந்து அவரது உடல் அவரது எஸ்டேட் மாளிகைக்குக் கொண்டு செல்லப்பட்டு அடக்கம் செய்யப்பட்டது.

அந்த இடத்தில் ஒரு மந்திரக்கோல் புதைக்கப்பட்டி ருப்பதாகவும், அதில் உலகத் துன்பங்களிலிருந்து மனித குலத்தை விடுவிப்பதற்கான இரகசியம் எழுதி வைக்கப்பட்டி ருப்பதாகவும் டால்ஸ்டாய் சிறுவனாக இருந்தபோது அவருடைய சகோதரனான நிக்கோலே சொன்னதை உண்மையென்று இவர் நம்பினார். அதனால் அவரது கடைசி விருப்பப்படி “ஸ்டாரி ஜக்காஸ்” (Stary Zakas) என்ற இடத்தில் அவரது உடல் அடக்கம் செய்யப்பட்டது.

அவர் பிறந்த இடமும், அடக்கம் செய்யப்பட்ட இடமும் புனிதஸ்தலமாகப் போற்றப்பட்டு கண்காட்சி சாலையாக இப்போது மாற்றப்பட்டுள்ளன. இங்கே அவர் உபயோகித்த பொருட்கள், படித்த புத்தகங்கள், கையெழுத்துப்பிரதிகள்,

உருவப்படங்கள், குடும்பத்தினரின் படங்கள் எல்லாவற்றை யும் காட்சிக்கு வைத்து ருஷ்ய அரசாங்கம் பாதுகாத்து வருகிறது.

யாஸ்னயா-போல்யானாவில் பல மொழிகளைச் சேர்ந்த 23,000 புத்தகங்கள் கொண்ட மிகப்பெரிய நூலகமொன்றும் அமைக்கப்பட்டுள்ளது. அந்த நூல் நிலையத்திலுள்ள ஒரு பெரிய மேஜையை சாய்வு நாற்காலியொன்று அலங்கரிக் கிறது. அவர் பிறந்த ஊரிலிருந்த தேயேவ் என்ற விவசாயி, "பேனாவால் எழுதியதைக் கோடரியால் அழிக்க முடியாது" என்று அதில் பொறித்து தனக்கு அன்பளிப்பாக வழங்கியதால் டால்ஸ்டாய் அதைத் தன் வாழ்நாள் பூராவும் போற்றிப் பாதுகாத்து வந்தார்.

"மேன்மையுள்ள லியோ நிக்கோலேயேவிச் ஆகிய தங்களுக்கும் பல மாவீரர்களுக்கு நேர்ந்த கதியே நேர்ந்தது. உங்களுக்கு முன்னரே பலர் உயிருடன் எரிக்கப்பட்டனர், சிறையிலடைக்கப்பட்டனர். நாடு கடத்தப்பட்டனர். பெரிய சாமியார்களும், கிறிஸ்தவ குருமார்களும் தங்கள் விருப்பப்படியெல்லாம் தங்களுக்குத் தொல்லை கொடுத்தனர். ஆனால் ருஷ்ய மக்கள் தங்கள் உயிர்போன்று நேசிக்கக்கூடிய அருமையான மாபெரும் மனிதரான தங்களைப் போற்றிப் பெருமைப்படுவார்கள்" என்ற வாசகங்கள் பொறிக்கப்பட்ட ஒரு பச்சைக் கண்ணாடிக் கல்லை 1901ஆம் ஆண்டு மால்ட்சேவ் கண்ணாடித் தொழிற்சாலையைச் (Workers of the Maltsev Glass factory) சேர்ந்த தொழிலாளர்கள் அவருக்கு அன்பளிப்பாக அளித்தார்கள். அதை அவர் தான் எழுதிய தாள்கள் பறக்காதிருப்பதற்காக வைக்கப்படும் பொருளாக உபயோகப்படுத்தி வந்தார்.

டால்ஸ்டாய் மேலை நாட்டில் தோன்றிய மிகத் தெளிவான சிந்தனையாளர்களில் ஒருவர். ஒப்பற்ற நூலாசிரியர்களில் இவரும் ஒருவர் என்று இவரைப்பற்றி வர்ணிக்கிறார் காந்தியடிகள்.

"இன்னா செய்தாரை ஒறுத்தல் அவர் நாண நன்னயம் செய்து விடல்" என்றார் வள்ளுவர்.

'உனக்குத் தீமையைச் செய்தவருக்கும் நன்மையே செய்' என்றார் புத்தர்.

இவர்களின் கருத்துக்களைத்தான் டால்ஸ்டாயும் தன் கதைகளில் வலியுறுத்தியுள்ளார்.

உலகின் தலை சிறந்த எழுத்தாளர்களில் ஒருவராகப் போற்றப்படும் டால்ஸ்டாய் தன் வாழ்நாளின் பெரும் பகுதியை - ஐம்பது வருடங்களை இலக்கியப் பணிக்கென்றே அர்ப்பணித்தார். கதைகள், குட்டிக்கதைகள், புதினம், நாடகம், கட்டுரை என்று இவர் தடம் பதிக்காத துறையே இல்லை.

இவருடைய முதல் கதை குழந்தைப் பருவம். இதை 1852இல் எழுதினார். புனர் வாழ்க்கை என்ற நாவலை இவர் தனது கடைசி காலத்தில் 1899ல் எழுதினார். இவருடைய பெரிய நாவலான போரும் அமைதியும் உலகத்தின் ஈடு இணையற்ற நாவல் என்றும், அமர இலக்கியம் என்றும் சோமர் செட் மாம் (W. Somerset Maugham) போன்றவர்களால் போற்றப்பட்டது. பாரமவுண்ட் நிறுவனத்தார் அதை ஏராளமான பொருட் செலவில் படமாக்கித் திரையிட்டனர். யுத்தத்தின் கோர தாண்டவத்தைக் கண் முன்னே தத்ரூபமாக கொண்டு வந்து நிறுத்திய அந்தப் படத்தை உலகம் முழுவதிலுமுள்ள கோடானுகோடி ரசிகர்கள் பார்த்து ரசித்தனர்.

டால்ஸ்டாயின் எழுத்துக்கள் 90 தொகுதிகளாக ருஷ்ய மொழியில் வெளியிடப்பட்டுள்ளன. அவரிடமிருந்த 50,000க்கும் மேற்பட்ட கடிதங்களும் அத்தொகுப்பில் இடம் பெற்றுள்ளன. இவை ஆங்கிலத்திலும் மொழி பெயர்க்கப் பட்டு வெளிவந்து கொண்டிருக்கின்றன. உலகின் பிற மொழிகளிலும் இவரது நூல்கள் வெளியிடப்பட்டு வருகின்றன. தமிழிலும் சில நூல்கள் மொழி பெயர்க்கப் பட்டு வெளிவந்துள்ளன.

அவருடைய நீதிக்கதைகளில் சிலவற்றைத் தேர்ந்தெடுத்து புத்தகமாக வெளியிட்டுள்ளோம். சிறுவர் முதல் பெரியவர் வரை படித்து மகிழத்தக்க அருமையான பொக்கிஷம் அவரது கதைகள் என்றால் மிகையாகாது. நீங்களும் இவற்றைப் படியுங்கள். மகிழுங்கள்.

அவர் எழுதிய நூல்களில் மிகச்சிறந்தவை என்று பலராலும் போற்றப்பட்ட சில நூல்களின் பட்டியல் கீழே கொடுக்கப் பட்டுள்ளது.

1. "போரும் அமைதியும்" (War and Peace)
2. "அன்னா கரினினா" (Anna Kareinina)
3. "புனர் வாழ்க்கை" (Resurrection)
4. "குழந்தைப் பருவம்" (Childhood)
5. "பால்யப்பருவம்" (Boyhood)
6. "இளமைப் பருவம்" (Youth)
7. "செவஸ்டபோல் கதைகள்" (மூன்று பாகங்கள்) (Tales of Sevastopol) (Three Parts)
8. "இனி நாம் செய்ய வேண்டுவது யாது?" (What, Then, Shall we do)
9. "கலை என்றால் என்ன?" (What is Art)
10. "உள்ளது விளம்பல்" (Confession)
11. "இருளின் வலிமை" (The Power of Darkness)
12. "இலியச்சின் மரணம்" (The Death of Ivan Ilich)
13. "கோசாக்குகள்" (Cossacks)
14. "ஹட்ஜிமுராட்" (Hadji Murat)
15. "வாழும் பிணம்" (The Living Corpse)

பொருளடக்கம்

1. ஆறடி நிலம் 9
2. அன்பே கடவுள் 25
3. மது மயக்கம் 47
4. பாதிரியாரின் பிரார்த்தனை 53
5. கடவுள் வந்தார் 61
6. ஏழையின் சிரிப்பில் இறைவன் 75
7. பாவ மன்னிப்பு 99
8. எளிமை தந்த சுகம் 105
9. குழந்தையும் தெய்வமும் 113
10. கடவுள் செய்த சோதனை 119
11. ஞானியின் சொற்கள் 125
12. பொறுத்தவர் பூமியாள்வார் 131
13. உழைத்தால் உயரலாம் 137
14. அன்பே வெல்லும் 143

உலகப் புகழ்பெற்ற
டால்ஸ்டாய் நீதிக்கதைகள்

1 ஆறடி நிலம்

இவ்வளவு நேரம் பாடுபட்டது வீணாகப் போய் விடாமல் இருக்க வேண்டுமே என அவனது மனம் பதைபதைக்கத் தொடங்கியது. மூச்சைப் பிடித்துக் கொண்டு ஓடினான்; கால்களிலிருந்து இரத்தம் வடியத் தொடங்கியது. ஆனாலும் அதை யெல்லாம் பொருட்படுத்தாமல் அவன் ஓடிக்கொண்டே இருந்தான். சூரியன் மறைவதற்குள் புறப்பட்ட இடத்தை அடைய முடியாது போலிருக்கிறதே; எல்லாம் வீணாகி விடும் போலிருக்கிறதே என்ற பயம் அவனை இரைக்க இரைக்க ஓடச்செய்தது. உடல் முழுதும் வியர்த்துக் கொட்டியது. வாயிலிருந்து நுரை கிளம்பியது. நெஞ்சு படபடவென்று அடித்துக் கொண்டது. களைப்பினால் உயிர் போய் விடுமோ என்ற பயம் வேறு அவனை அலைக்கழித்தது. அதே சமயம் கிடைத்த நிலத்தை நழுவ விட்டால் முட்டாள் எனத் தன்னை எல்லோரும் பரிகசிப்பார்களே என்ற கவலையும் அவனுள் அதிகமாகிக் கொண்டேயிருந்தது.

ஆனால்... அவனுக்குக் கடைசியில் வேண்டியிருந்ததெல்லாம் ஒரு ஆறடி அளவேயுள்ள நிலம் மட்டும்தான்!

அது ஏன்? ஏன்? ஏன்?...

ஆறடி நிலம்

■ பேராசை பெருநஷ்டம்

ஓர் ஊரில் இருந்த சகோதரிகளில் மூத்தவள் தன் கணவனுடன் பட்டணத்தில் வசித்தாள். அவள் கணவன் ஒரு வியாபாரி.

இளையவள் கிராமத்தில் வசித்து வந்தாள். அவள் கணவன் விவசாயத்தில் ஈடுபட்டிருந்தான்.

ஒருநாள் தங்கையைப் பார்ப்பதற்காகப் பட்டணத்திலிருந்து அக்காள்காரி வந்திருந்தாள். இருவரும் சாப்பிட்டுவிட்டு ஊர்க்கதைகளைப் பேசிக் கொண்டிருந்தார்கள். பேச்சுவாக்கில், பட்டணத்தில் சுகமாகவும் வசதியாகவும் எப்படித் தாங்கள் வாழ்க்கை நடத்துகிறோம் என்று தன் நிலை பற்றியும் தன் பட்டண வாழ்க்கையைப் பற்றியும் பெருமையாக அக்காள் அளக்க ஆரம்பித்தாள். 'சுவையான உணவு வகைகளை சமைத்து உண்போம். குழந்தைகளுக்கு அழகான உடைகளை வாங்கி அணிவித்துப் பார்த்து மகிழ்வோம். பல வகையான கேளிக்கைகளைக் கண்டுகளித்துக் கொண்டு எப்போது பார்த்தாலும் நாங்கள் உற்சாகமாகவே இருப்போம்' என்று தன் புகுந்த வீட்டின் செல்வச் செழிப்பைப் பற்றி அவள் அடுக்கிக் கொண்டே போனாள்.

தங்கைக்கு அக்காளின் இந்தப் பேச்சு கொஞ்சமும் பிடிக்கவில்லை. அவளும் பதிலுக்குத் தன் கிராம வாழ்க்கையைப் பற்றிப் பெருமையாகப் பேசத் தொடங்கினாள். "என்னைப் பட்டணத்துக்கு வரச் சொன்னால் வரவே மாட்டேன். ஆடம்பரமும் ஆரவாரமும் இல்லாதது எங்கள் கிராம வாழ்க்கை.

பட்டணத்தில் நீங்கள் பெரிதாக வியாபாரம் செய்து கொண்டிருக்கலாம். ஆனால் திடீரென உங்கள் வியாபாரம் வீழ்ச்சி அடைந்தும் விடலாம். வியாபாரத்தில் லாபமும் நஷ்டமும் எப்போது வேண்டுமானாலும் வரும், போகும். இன்று பணக்காரியாக இருப்பதற்காக நீ கர்வம் கொள்ளலாம். நாளையே எல்லாவற்றையும் இழந்து தெருவில் நிற்கும் நிலைமை உனக்கு உண்டாகலாம். எங்களுடைய கிராம வாழ்க்கை அப்படிப்பட்டதல்ல. அதில் வரும் வருமானம் குறைவானதாக இருந்தாலும் அது சீரானது. நிலையானதும்கூட. நாங்கள் நிம்மதியாக வாழ்வதற்குத் தேவையான பொருள்கள் எப்போதும் அங்கே எங்களுக்குக் கிடைத்துக்கொண்டே இருக்கும்" என அவள் அதுவரைத் தன் அக்காள் பேசிய பேச்சை மட்டம் தட்டிப்பேசினாள்.

"உன் கணவன் என்னதான் பாடுபட்டாலும் பற்றாக் குறையால் நீயும் உன் குழந்தைகளும் கடைசியில் உங்கள் கிராமத்து மண்ணிலேயே கிடந்து புரண்டு மடிய வேண்டியதுதான். உடுத்துவதற்கு நல்ல ஆடை, அணிகலன்களோ கூடிப் பழகுவதற்கு அக்கம்பக்கத்தில் படித்தவர்களோ இல்லாத வாழ்வும் ஒரு வாழ்வா? காலம் முழுவதும் நீங்கள் கன்றுக் குட்டிகளையும் பன்றிக் குட்டிகளையும் பார்த்துக் கொண்டே இருக்க வேண்டியதுதான்" என்று தங்கையின் பேச்சினால் கோபம் கொண்ட அக்காள் சீறினாள்.

"பட்டணத்தில் வாழும் நீங்கள் பொய்யான, போலியான தொரு சூழ்நிலையில் வாழ்கின்றீர்கள். எங்கள் நிலை அப்படிப் பட்டதல்ல. என்னதான் பாடுபட்டாலும் கையளவு நிலமாவது எங்களுக்குச் சொந்தமென்று இருக்கின்றதே. இன்று உனக்கு வாழ்க்கையில் எல்லாம் சரியாக இருப்பது போலத் தோன்றக் கூடும். நாளையே அவற்றிற்கெல்லாம் கேடு நேர்ந்தாலும் ஆச்சரியப்படுவதற்கில்லை. ஆண்கள் குடிப்பழக்கத்தில், கூத்தி தொடர்பில் எந்த நேரத்தில் வேண்டுமானாலும் சிக்கிக்கொண்டு குடும்பத்தைச் சீரழித்து விடுவார்கள்" என்றாள் தங்கை.

அக்காளும் தங்கையும் இவ்வாறு பேசிக் கொண்டிருந்ததை அந்த வீட்டுக்குள்ளே உட்கார்ந்திருந்த தங்கையின் கணவன் கவனமாகக் கேட்டுக் கொண்டிருந்தான். இப்போது அவன் தன்னுடைய வாழ்க்கை இருந்த நிலையைப் பற்றிச் சிந்தித்துப் பார்க்கத் தொடங்கினான். 'சிறு வயதிலிருந்தே என் நிலத்தில்

பாடுபட்டு விவசாயம் செய்து வருகிறேன். அதனால் தவறான வழிகளில் ஈடுபட எனக்கு நேரம் என்பதே இல்லாமல் போய் விட்டது. எனக்கு இருப்பது ஒரே ஒரு குறைதான். என்னிடம் இருக்கும் நிலத்தின் அளவு மிகவும் குறைவானது என்பதுதான் அந்தக்குறை. எனக்கு இன்னும் கொஞ்சம் நிலம் கிடைக்குமானால் நான் இன்னும் நன்றாகச் சுகமாக வாழ்வேன்; அப்படி ஒரு நிலை ஏற்பட்டால் நான் சாத்தானுக்குக் கூடப் பயப்பட வேண்டிய தேவை இல்லை' எனத் தனக்குள்ளேயே கூறிக் கொண்டான். அவன் பெயர் பகோம்.

இன்னும் நிறைய நிலம் கிடைத்தால் சாத்தானுக்குகூட நான் பயப்படமாட்டேன் என்று அவன் கூறியதைச் சாத்தான் கேட்டு விட்டது. அதற்கு அது மிகவும் மகிழ்ச்சியை அளித்தது. 'அவன் எனக்குப் பயப்படுகிறானா இல்லையா என்பதை இப்போது பார்த்து விடலாமே; அவனுக்கு இப்போதே நிறைய நிலத்தைக் கொடுக்கிறேன். அதற்குப் பிறகு அவன் என்ன செய்கிறான், எப்படி நடந்து கொள்கிறான் என்று பார்க்கிறேன்' எனத் தனக்குள் கருவிக் கொண்டது சாத்தான்.

முந்நூறு ஏக்கர் நிலத்துக்குச் சொந்தக்காரியான சீமாட்டி ஒருத்தி பகோம் வசித்து வந்த கிராமத்துக்கு மிக அருகில் வாழ்ந்து வந்தாள். எல்லோருடனும் அவள் சுமுகமாகவே பழகி வந்தாள். அதனால் விவசாயிகள் எல்லோரும் அவளை மிகவும் நேசித்தார்கள். தன்னுடைய விவசாய வேலைகளைக் கவனித்துக் கொள்வதற்காக இராணுவத்திலிருந்து ஓய்வு பெற்ற அதிகாரி ஒருவனை அந்தச் சீமாட்டி நியமித்திருந்தாள்.

அங்கிருந்த விவசாயிகள் எவ்வளவுதான் கவனத்தோடு கட்டி வைத்திருந்தாலும்கூட அவர்களிடம் இருந்த கால்நடைகள் கட்டவிழ்த்துக் கொண்டு சீமாட்டியின் நிலங்களில் இறங்கிப் பயிரையெல்லாம் மேய்ந்தன. அதற்காக இராணுவ அதிகாரி விவசாயிகளுக்குக் கண்டபடி அபராதம் போட்டு அவர்களைத் துன்புறுத்தினான். பகோம் பல தடவை இதுபோல அபராதம் செலுத்தியிருக்கிறான். அப்படி அபராதம் செலுத்தி விட்டு வரும்போதெல்லாம் அவனுக்கு ஆத்திரம் அதிகரிக்கும். அந்த ஆத்திரத்தில் அவன் வீட்டிலுள்ளோரைத் திட்டுவதும் அடிப்பதும் வழக்கமாகி விட்டது.

திடீரென்று தன்னுடைய நிலங்களையெல்லாம் சீமாட்டி விற்று விடப் போவதாக ஒரு பேச்சு அடிபட்டது. அவனிட மிருந்த இராணுவ அதிகாரியே அவற்றை வாங்கிவிட முயற்சிப்பதாகவும் ஒரு வதந்தி உலவியது. எல்லா நிலங்களையும் அவன் வாங்கி விட்டால் அவன் செய்யும் கெடுபிடி இன்னும் அதிகமாக இருக்குமே என விவசாயிகள் கவலைப்பட்டனர். அதனால் எப்படியாவது நிலங்களைத் தாங்கள் வாங்கிவிட வேண்டும் என அவர்கள் துடியாய்த் துடித்தார்கள். விவசாயி களின் தூதுக்குழு ஒன்று சீமாட்டியிடம் சென்று அவர்களின் இந்த முடிவைத் தெரிவித்தது. சீமாட்டியும் அதற்குச் சம்மதித் தாள். ஆனால் விவசாயிகள் பலமுறை தங்களுக்குள் கூடிப் பேசியும், எல்லோரும் சேர்ந்து ஒரு உடன்பாட்டுக்கு அவர்களால் வர முடியாமல் போயிற்று. அதனால் அவரவரும் தங்களால் இயன்ற அளவுக்கு நிலத்தை வாங்கிக் கொள்வதென்று தீர்மானித் தார்கள். சீமாட்டியும் அதற்கு உடன்பட்டாள்.

விலையில் பாதித் தொகையை இப்போது கொடுத்து விட்டு மீதித் தொகையை ஒரு வருடம் கழித்துக் கொடுப்பதாகப் பேசி, ஐம்பத்தாறு ஏக்கர் நிலத்தை பகோமின் அடுத்த வீட்டுக்காரன் வாங்கிக் கொண்டான்.

இதைக் கேள்விப்பட்டதும் பகோமுக்குப் பொறாமை உண்டாயிற்று. மற்றவர்கள் அங்கிருக்கும் நிலங்களையெல்லாம் வாங்கி விட்டால் தனக்கு ஒன்றும் கிடைக்காமல் போய் விடுமே என எண்ணிய அவன் தன் மனைவியுடன் சேர்ந்து ஆலோசித் தான். இருபத்தைந்து ஏக்கர் நிலமாவது வாங்கிவிட வேண்டும் என்பது அவன் எண்ணம். அதை எப்படி வாங்குவது, அதற்கான பணத்துக்கு என்ன செய்வது என்பதுதான் அப்போது அவர்கள் முன்னிருந்த பிரச்னை.

தன்னிடமிருந்த ஆடுமாடுகள் சிலவற்றை விற்றுக் கையிலிருந் ததையெல்லாம் சேர்த்து, நாற்பது ஏக்கர் நிலத்துக்கான தொகையில் பாதியைச் சீமாட்டியிடம் கொடுத்து, மீதியை இரண்டு வருடத்தில் செலுத்துவதாகப் பேசி நிலத்தைப் பெற்றுக் கொண்டான் பகோம். இப்பொழுது அவன் ஒரு நிலச்சுவான் தாரராகி விட்டான். மைத்துனனிடமிருந்து கொஞ்சம் கடன் வாங்கி அதைக் கொண்டு விதைகளை வாங்கி அந்த நிலத்தில்

பயிர் செய்தான். விளைச்சல் அமோகமாயிருந்தது. ஒரு வருடத்திலேயே சீமாட்டியின் கடனையும் அடைத்து, மைத்துனனின் கடனையும் கொடுத்தவுடன் அந்த நிலம் முழுவதும் அவனுக்கே சொந்தமானது. இப்போது தன் சொந்த நிலத்தில் பயிர் செய்கிறோம் என்ற பெருமை அவனுக்கு ஏற்பட்டது.

பகோமினுடைய குடும்ப வாழ்க்கை இப்போது மகிழ்ச்சி நிறைந்ததாயிருந்தது. இதர விவசாயிகளின் தொல்லை இல்லாமல் இருந்திருக்குமானால், வாழ்க்கை அப்படியே இன்பமாகக் கழிந்திருக்கும். ஆனால் மற்றவர்கள் அவனைச் சும்மாயிருக்க விடவில்லை. தங்கள் மந்தைகளைப் பகோம் நிலத்தில் ஓட்டிப் பயிரைப் பாழ்படுத்தினார்கள். அவன் பலமுறை பணிவோடு அவர்களிடம் அதைத் தடுத்து நிறுத்துமாறு சொன்னான். ஆனால் அவர்கள் வேண்டும் என்றே அதைக் காது கொடுத்துக் கேட்கவில்லை. அவனிடம் போதுமான நிலம் இல்லாததால்தான் அப்படி நிகழ்ந்து கொண்டிருந்தது. பகோமும் அதை அறிவான். ஆனாலும் இதையெல்லாம் பார்த்துக் கொண்டு சும்மா இருக்க முடியுமா? அப்படி இருந்தால் தன் பிழைப்பு என்னாவது? என்ற கவலை அவனுக்கு.

அவர்களுக்குப் புத்தி கற்பிக்க எண்ணி நீதிமன்றத்திலே அவர்களுக்கு எதிராக வழக்குத் தொடுத்தான். அங்கே அவர்களில் பலருக்கு அபராதம் விதிக்கப்பட்டது. இதனால் கிராமத்து மக்களுக்கு அவன் மேல் பகை உணர்வு உண்டாயிற்று. அதற்குப் பிறகு திட்டமிட்டு அவனுடைய பயிர்களைக் கொள்ளையடித்தார்கள். ஒரு நாள் கோபத்தில் அவனுடைய தோட்டத்திலிருந்த மரங்களை எல்லாம் வெட்டி நாசப்படுத்தி விட்டான் அவர்களில் ஒருவன். அவன் யார் என்று திட்டவட்டமாகத் தெரியவில்லை. அதனால் கோபமும் ஆத்திரமும் அதிகரித்ததால் ஸெம்கா என்பவன் மீது சந்தேகப்பட்டு அவன் வீட்டுக்குச் சென்று விசாரித்தான் பகோம். இருவருக்கும் ஏற்பட்ட வாக்குவாதம் தடித்து ஒருவருக்கொருவர் கேவலமாகப் பேசிக் கொள்ளும் நிலை ஏற்பட்டது. பிறகு ஸெம்கா மீது வழக்குத் தொடுத்தான் பகோம். பல நாட்கள் விசாரணைக்குப் பிறகு, போதுமான சாட்சியம் இல்லை என்று கூறி அந்த வழக்குத் தள்ளுபடி செய்யப்பட்டது. இதனால் மேலும் கோபம் கொண்ட பகோம்,

காவலர்கள், நீதிபதிகள் எல்லோருமே லஞ்சப் பேர்வழிகள் என்று திட்டித் தீர்த்து விட்டுத் தனித்து வாழ முற்பட்டான்.

அப்போது விவசாயிகள் சிலர் வேறு இடத்துக்குக் குடி பெயர்ந்து செல்லலாமென்று யோசித்துக் கொண்டிருப்பதாகச் செய்தி கிளம்பியது. பகோம் சிந்தித்தான். மற்றவர்கள் எங்கே போனால் என்ன? நாம் ஏன் நம்மிடம் இருக்கும் சொந்த நிலத்தை விட்டு வேறிடம் போக வேண்டும்? இங்கிருந்து போகிற வர்களுடைய நிலத்தையும் சேர்த்து நாமே வாங்கிக் கொண்டு விடலாமே, அதனால் நம் வாழ்க்கை மேலும் வசதி நிறைந்ததா குமே எனச் சிந்தித்தான்.

அந்த சமயத்தில் வெளியூரிலிருந்து ஒருவன் பகோம் வீட்டுக்கு வந்தான். அவனை உபசரித்து உணவளித்து நாட்டு நடப்புகளைப் பற்றி விசாரித்தான் பகோம். வால்காவுக்கு அக்கரையிலிருந்து தான் வருவதாகவும், அங்கே புதிதாக ஒரு குடியிருப்பு உருவாவ தாகவும், அங்கே குடியேறுபவர்களுக்கு ஆளுக்கு முப்பது ஏக்கர் நிலம் கொடுக்கப்படுவதாகவும், அது செழிப்பான பூமி என்றும், வெறும் கையுடன் அங்கு வந்தவர்கள்கூட கோதுமையைப் பயிர் செய்து நிறையச் சம்பாதித்து விட்டதாகவும் விரிவாக அந்த இடத்தைப் பற்றிக் கூறினான் வந்தவன். பகோம் சிந்தித்தான். வந்தவனுடைய பேச்சு அவனுள் ஆசையைத் தூண்டி விட்டது. இங்கே கிடந்து வாடாமல் அங்கே போய் ஆனந்தமாக வாழ லாமே எனக் கருதி, எதற்கும் அங்கே போய் நிலைமையை நேரில் தெரிந்து கொண்டு வரலாம் என்று புறப்பட்டு வால்காவுக்கு அக்கரைக்குப் போய்ச் சேர்ந்தான், பகோம்.

அங்கேயிருந்த விவசாயிகள் மிகவும் செழிப்போடு ஆனந்தமாக வாழ்ந்து கொண்டிருந்தனர். பகோம் குடிபெயர்ந்து அங்கே வருவதை அவர்கள் மிகவும் மகிழ்ச்சியோடு வரவேற்றார்கள். அங்கு குடியேறுவதற்கான எல்லா விவரங்களையும் தெரிந்து கொண்டு கிராமத்துக்குத் திரும்பினான் பகோம். பிறகு நிலம், வீடு, கால்நடைகள் எல்லாவற்றையும் விற்றுப் பணத்தைச் சேகரித்துக் கொண்டு வால்காவுக்கு அக்கரைப் பகுதிக்குக் குடும்பத்தோடு போய்ச் சேர்ந்தான். அவன் இப்போது அங்குள்ள குடியிருப்பில் ஒரு உறுப்பினராகிவிட்டான். தலைக்கு முப்பது ஏக்கர் வீதம் அவன் குடும்பத்துக்கு நூற்றைம்பது ஏக்கர் நிலம்

கிடைத்தது. சொந்தக் கிராமத்தில் அவனுக்கு இருந்ததைவிட அது இரண்டு மடங்கு அதிகம். அங்கே ஒரு வீட்டைக் கட்டினான். முன்னைவிடப் பல மடங்கு சுகபோகமாக வாழ்ந்தான்.

அவன் வாழ்க்கை இப்படி மகிழ்ச்சியாகப் போய்க் கொண்டிருந்த நேரத்தில் அவனுக்குப் பேராசை ஏற்பட்டது. இந்த நிலமும் கூடத் தனக்குப் போதாது என்ற எண்ணம் அவன் மனதில் ஏற்பட்டது. அவன் கோதுமை பயிரிட ஆசைப்பட்டான். ஆனால் அவனுடைய நிலம் அதற்கு ஏற்றதாக இருக்கவில்லை. தன் நிலத்தில் கோதுமை பயிரிட இயலவில்லையே என்ற மனக்குறையால் மற்றொருவனுடைய நிலத்தைக் குத்தகைக்குப் பேசிக் கோதுமை பயிர் செய்தான். அதற்கு நல்ல பலன் கிடைத்தது.

தொடர்ந்து நிறைய நிலங்களைக் குத்தகைக்கு எடுத்துப் பயிரிட்டான். அதனால் அவனிடம் பணம் குவிந்தது. இப்படியாக ஐந்து ஆண்டுகள் கழிந்தன. தன்னிடம் சேர்ந்திருந்த பணத்தைக் கொண்டு அந்தப் பகுதியில் இருந்த ஒரு பண்ணையை அவன் வாங்கினான். அது ஆயிரத்து ஐந்நூறு ஏக்கர் பரப்புடையது. அதற்கான பாதிப்பணத்தை அப்போதே கொடுத்து மீதியைப் பிறகு கொடுப்பதாக ஏற்பாடு. பகோம் இப்பொழுது பண்ணை முதலாளி ஆகி விட்டான்.

இந்த சமயத்தில்தான் வெளிநாட்டு வியாபாரி ஒருவன் பகோம் வீட்டுக்கு வந்தான். தான் பாஷ்கீர் நாட்டைச் சேர்ந்தவன் என்றும், சமீபத்தில்தான் தான் ஆயிரம் ரூபிள்களுக்கு ஆயிரத்து ஐந்நூறு ஏக்கர் நிலத்தை வாங்கியிருப்பதாகவும் அவன் கூறினான்.

எப்படி அவ்வளவு மலிவாக வாங்க முடிந்தது' என மிகவும் ஆவலோடு அவனிடம் விசாரித்தான் பகோம். 'அங்கே சில முதியவர்கள் இருக்கிறார்கள். அவர்களுக்கு வாட்கா என்னும் மதுவைக் கொடுத்துப் போதை உண்டாகச் செய்தால் போதும், அவர்களுடைய நிலங்களை மிகவும் மலிவாக நீங்கள் வாங்கி விடலாம். அதெல்லாம் ஆற்றுப் பாசனத்தில் விளையக்கூடிய செழிப்பான நிலங்கள்' என்று தெரிவித்தான் அந்த வெளிநாட்டு வியாபாரி. 'அம்மாதிரி நிலத்தை வேறு எங்கேயும் காண முடியாது. அங்கேயுள்ள மக்கள் ஆட்டு மந்தையைப் போன்றவர்கள்; அத்துடன் அவர்கள் மிகவும் அப்பாவி மக்கள்; வெகு எளிதாக

அவர்களிடமிருந்து நிலத்தை வாங்கி விடலாம்' என்றான் அவன் தொடர்ந்து.

இதைக்கேட்ட பகோமின் சிந்தனை சுழன்றது. இங்கே தன்னிடம் இருப்பதோ வெறும் ஆயிரத்து ஐந்நூறு ஏக்கர் நிலம்தான்; அதன் மீது கடன் வேறு உள்ளது. இதை விற்று விட்டு, இந்தப் பணத்தைக் கொண்டு போய் அங்கேயுள்ள நிலங்களை வாங்கிப் போட்டால் பெரிய நிலப்பிரபுவாகி விடலாமே என்று எண்ணினான்.

அந்த வியாபாரியிடம் பாஷ்கீர் நாட்டுக்குப் போகும் வழியைக் கேட்டுத் தெரிந்து கொண்டான். பிறகு தன்னுடன் வேலையாள் ஒருவனைக் கூட்டிக் கொண்டு இரு நூற்று ஐம்பது மைல்கள் பிரயாணம் செய்து பாஷ்கீர் நாட்டை அடைந்தான் பகோம். அங்கே, வியாபாரி சொன்னது போலவே எல்லாம் இருந்தது. அவர்கள் நிலத்தில் பயிர் செய்யவே இல்லை. குதிரைப் பாலைக் கொண்டு ஒரு பானத்தைத் தயாரித்து வைத்துக் கொண்டு அதை அருந்தினார்கள். இறைச்சியே அவர்களுக்கு உணவாக இருந்தது. விழாக்காலம் போல் ஆண்டு முழுவதும் அங்கேயுள்ளவர்கள் உற்சாகமாக ஆடிப்பாடி மகிழ்ந்தவர்களாய்க் கவலையின்றி வாழ்ந்தனர். அவர்கள் கல்வி அறிவு இல்லாதவர்களாக இருந்தாலும் மற்றவர்களிடம் அன்பாகப் பழகத் தெரிந்தவர்களாக இருந்தனர்.

பகோம் அங்கே போனதும் அவர்கள் அனைவரும் அவனைச் சூழ்ந்து கொண்டனர். தான் நிலம் வாங்குவதற்காக அங்கே வந்திருப்பதாக அவர்களிடம் அவன் கூறினான். அதைக் கேட்டு அவர்கள் மகிழ்ச்சியால் ஆரவாரம் செய்து அவனை உபசரித்து, அவனுக்கு விருந்து அளித்தார்கள். அவன் தான் கையில் கொண்டு வந்திருந்த மதுவை அவர்களுக்குக் கொடுத்தான். அவர்களுக்கு ரஷ்ய மொழி தெரியாததால் மொழி பெயர்ப்பாளன் ஒருவன் துணையுடன் அவர்கள் உரையாடினார்கள்.

"எங்கள் நாட்டுக்கு வந்திருக்கும் விருந்தினர்கள் எதைக் கேட்டாலும் எங்களால் இயன்றளவு அவர்களுக்கு அதைக் கொடுத்து அவர்கள் விருப்பத்தை நிறைவேற்றுவது எங்கள் வழக்கம். தாங்கள் அளித்த பரிசுகளுக்குப் பதிலாகத் தங்களுக்கு என்ன வேண்டுமோ, அதைக் கேளுங்கள்; தருகிறோம்" என்றனர்.

"என்னுடைய ஊரில் எனக்குத் தேவையான அளவுக்கு நிலம் இல்லை. இங்கே உங்களிடம் உள்ள நிலம் போல் நல்ல நிலம் எனக்குத் தெரிந்தவரை வேறு எங்குமே இல்லை; எனக்கு உங்கள் ஊரிலுள்ள நிலத்தில் கொஞ்சம் வேண்டும்" என்றான் பகோம். அதைக் கேட்டதும் அவர்கள் தங்களுக்குள்ளாக ஏதோ பேசிக் கொண்டார்கள். பகோமுக்கு அது எதுவும் புரியவில்லை. ஆனாலும் அவர்கள் முகத்தில் புன்னகை தவழ, உற்சாகமாகப் பேசிக் கொள்கிறார்கள் என்பதை மட்டும் புரிந்து கொண்டான்.

கடைசியில் அவர்கள் அவனிடம் வந்து "உனக்கு எவ்வளவு நிலம் தேவை என்பதைக் கையால் சுட்டிக் காட்டு; அந்த நிலம் முழுவதும் உனக்கே சொந்தமாகும்" என்றனர். பிறகு அவர்களி டையே சிறிது சலசலப்பு ஏற்பட்டது. பகோம் அதற்குக் காரணம் என்னவென்று கேட்டான். தங்கள் தலைவனைக் கேட்டுக் கொண்டுதான் இது பற்றித் தாங்கள் தீர்மானிக்க வேண்டும் என்று சிலர் கூறுவதாகவும் வேறு சிலர் அது தேவையில்லை என்று கூறுகிறார்கள் என்றும் கூறினான் மொழி பெயர்ப்பாளன். அப்பொழுது அவர்கள் தலைவனும் அங்கே வந்து விட்டான். அவனைக் கண்டதும் எல்லோரும் எழுந்து நின்று வணங்கினார் கள். அவனிடம் தேயிலைப் பொட்டலம் ஒன்றைக் கொடுத்தான் பகோம். அதைப் பெற்றுக் கொண்டு, அவன் அங்கே வந்த விவரம் என்னவென்பதைப் பற்றிக் கேட்டு அறிந்து கொண்டான். 'எங்களிடம் நிறைய நிலங்கள் உள்ளதால் அதிலிருந்து உனக்கு வேண்டியதை நீ எடுத்துக் கொள்ளலாம்' என்றான் அந்தக் கூட்டத்தின் தலைவன்.

தலைவன் கூறியதை நன்றாக உறுதிப்படுத்திக் கொண்டு விட்டால் நமக்கு நல்லது. கொடுத்ததைப் பிறகு அவர்கள் திரும்ப வும் பறித்துக் கொண்டால் தான் என்ன செய்வது என பயந்தான் பகோம். "நீங்கள் என் மீது அன்பு காட்டுவதற்கு நன்றி. நீங்கள் கூறுவதுபோல் உங்களிடம் நிறைய நிலம் இருப்பது உண்மை தான். எனக்கோ நிலம் நிறையத் தேவைப்படுகிறது. நான் எதை, எப்படி எடுத்துக் கொள்வது? அதற்கென்று ஒரு அளவு வேண் டாமா? நீங்கள் நல்லவர்களாகக் காணப்படுகிறீர்கள். அதனால் நிலத்தைக் கொடுக்கிறீர்கள். ஆனால் உங்கள் சந்ததியினர் அதைப் பிறகு என்னிடமிருந்து பறித்துக் கொண்டு விடக்கூடாது அல்லவா?" என்றான் பகோம்.

அதைக் கேட்டதும் தலைவனுக்குச் சிரிப்பு வந்தது. "விற்கும் நிலத்திற்குப் பத்திரம் எழுதித்தர வேண்டும் என்று கூறுகிறாயா? அது முன்பே எழுதப்பட்டு விட்டது. ஒரு நாளைக்கு ஆயிரம் ரூபிள்!" என்றான் தலைவன்.

பகோமுக்குத் தலைவன் கூறிய விலை விவரம் சரியாகப் புரியவில்லை. "அப்படி என்றால் எவ்வளவு ஏக்கர்?" என்று கேட்டான் அவன்.

"நாங்கள் விற்கும் நிலத்தின் விலை என்னவென்பதற்கு நாங்கள் போடும் கணக்கு வேறு. ஒரு நாளைக்கு நீ எத்தனை தூரம் உள்ள நிலம் வரைக்கும் நடந்து போய் வர முடியுமோ அந்த அளவு தூரம் உள்ள நிலம் உனக்குச் சொந்தம். அதுதான் எங்கள் அளவுக் கணக்கு. அதன் விலை ஆயிரம் ரூபிள்!" என்றான் தலைவன்.

பகோமுக்கு இதைக் கேட்டதும் வியப்பாக இருந்தது. "ஒருவன் ஒரு நாளைக்கு வெகு தூரத்திற்கு நடந்து போய் விட்டுத் திரும்பி வந்து விட முடியுமே!" என்றான் அவன்.

அதற்குத் தலைவன் புன்னகையோடு, "நீ நடந்து சென்று திரும்பும் நிலம் எவ்வளவு தூரமுள்ள நிலமானாலும் அது உனக்கே சொந்தமாகிவிடும். ஆனால் ஒரே ஒரு நிபந்தனை! பொழுது சாய்வதற்குள் புறப்பட்ட இடத்திற்கு நீ வந்து சேராவிட்டால் நீ கொடுத்த பணத்தில் ஒரு காசைக்கூட நீ திரும்பப் பெற முடியாது. அவ்வளவுதான்" என்றான்.

"அது சரி, இடத்தை எப்படித் தேர்ந்தெடுப்பது?" என்றான் பகோம்.

"நாங்கள் அங்கேதான் தங்கியிருப்போம். உனக்கு விருப்பமான இடத்தை நீ தேர்ந்தெடுத்துக் கொள்ளலாம். ஒரு மண்வெட்டியை எடுத்துக் கொண்டு நீ போகும் இடம் எல்லாம் அதைக் கொண்டு அடையாளம் செய்து கொண்டு போய் வட்டமாகச் சுற்றித் திரும்பும்போதும் அப்படியே செய். பொழுது சாய்வதற்குள் புறப்பட்ட இடத்துக்கு நீ திரும்பி வந்து விட்டால் நீ அன்றைக்குப் போய் வந்த அவ்வளவு நிலமும் உனக்குத்தான் சொந்தம்!" என்றான் தலைவன்.

பகோம் அதற்கு சம்மதித்தான். மறுநாள் காலையில் அவன் நடக்கத் தொடங்குவது என முடிவாயிற்று. பின்னர் எல்லோரும்

மகிழ்ச்சியோடு விருந்து சாப்பிட்டு தேநீர் அருந்தினார்கள். பிறகு அனைவரும் படுக்கச் சென்றனர். பகோமுக்கு இரவு முழுவதும் தூக்கம் பிடிக்கவில்லை. கிடைக்கப் போகும் நிலத்தைப் பற்றியே அவன் சிந்தனை செய்து கொண்டிருந்தான். ஒரு நாளில் பத்து மைல் தூரம்வரை என்னால் நடந்து போய் வர முடியும். அப்படியானால் முப்பது ஆயிரம் ஏக்கர் நிலம் தாராளமாக எனக்குச் சொந்தமாகி விடும். அப்புறம் யாருடைய தயவும் எனக்குத் தேவை இல்லை என மனக்கோட்டை எழுப்பிக் கொண்டிருந்தான் அவன்.

அதற்குப் பிறகு இரவு முழுவதும் அவன் கண்களை மூடவே இல்லை. விடியும்போதுதான் சிறிது கண் அயர்ந்தான். அப்போது அவன் ஒரு கனவு கண்டான்.

அவன் படுத்திருக்கும் இடத்துக்கு வெளியே உரத்த குரலில் யாரோ சிரிக்கும் ஒலி கேட்கிறது. வெளியே வந்து பார்க்கிறான். பாஷ்கீர் தலைவன் அங்கே விலா வெடிக்கச் சிரித்துக் கொண்டிருக்கிறான். பகோம் அவன் அருகில் போய் அவன் அப்படிச் சிரிப்பதற்கு என்ன காரணம் என்று கேட்கிறான். அதற்கு அவனிடமிருந்து சரியான பதில் வரவில்லை. நெருங்கிச் சென்று பார்த்தபோது அவன் அந்தத் தலைவன் இல்லை. முன்பு தன்னிடம் தகவல் தெரிவித்த வியாபாரிதான் அவன் என்பதைத் தெரிந்து கொள்கிறான். "சில நாட்களுக்கு முன் என் வீட்டுக்கு வந்தவன் அல்லவா நீ?" என அவனைப் பார்த்துக் கேட்கிறான் பகோம். அதற்கு அவனிடமிருந்து பதில் இல்லை. கூர்ந்து அவனை நோக்குகிறான் பகோம். வியாபாரி நின்ற இடத்தில் இப்போது தலையில் கொம்புகளுடன் சாத்தான் நின்று சிரித்துக் கொண்டு இருந்தான். எதற்காக அவன் இப்படிச் சிரிக்கிறான் என்று யோசித்த பகோம் வேறு திசையில் திரும்பிப் பார்க்கிறான். அங்கே ஒருவன் தரையில் மல்லாந்து விழுந்து கிடக்கிறான். அவன் உடலில் ஒரே ஒரு கந்தல் உடை மட்டுமே இருக்கிறது. காலில் செருப்பு கூட இல்லை. அவனது முகம் வெளுத்துப் போயிருக்கிறது. அது யார் என்று உற்றுக் கவனித்துப் பார்க்கிறான். அது அவனேதான்!

பகோம் உடனே அலறியடித்துக் கொண்டு விழித்து எழுந்தான். பொழுது விடியும் சமயம் அது. வேலையாள் அவனுக்கு முன்னரே எழுந்து விட்டிருந்தான். அவனை விட்டு மற்றவர்களை

கார்த்தீபன்

யும் எழுப்பச் சொன்னான். எல்லோரும் எழுந்து தேநீர் அருந்தி னார்கள். பகோமுக்கும் தேநீர் கொடுத்தனர். அதைச் சாப்பிட்டுக் கொண்டிருந்தால் நேரமாகி விடும் என்று வேண்டாம் என்று அவன் மறுத்து விட்டான். எல்லாரையும் வேகப்படுத்தினான். அவர்கள் அங்கிருந்து புறப்பட்டனர். அவர்களுக்கு எதிரே வெகுதூரத்திற்கு பரந்த சமவெளி தெரிந்தது. அந்த நிலத்தைப் பகோமுக்குக் காட்டினான் தலைவன். இங்கே தெரியும் நிலம் முழுவதும் எங்களுடையது தான்; இதில் எந்தப் பகுதியில் இருப்பதை வேண்டுமானாலும் நீ எடுத்துக் கொள்ளலாம் என்று கூறித் தன்னுடைய தொப்பியைக் கழற்றிக் கீழே வைத்து, இதுதான் அடையாளம். உன் பணத்தை இங்கே வை. அதற்குக் காவலாக உன் வேலையாள் இங்கேயே இருப்பான். இங்கே இருந்து நீ புறப்பட்டுப் போய், இங்கேயே மீண்டும் திரும்பி வர வேண்டும்; பொழுது சாய்வதற்குள் நீ இங்கு வந்து விட வேண்டும்" என்றான்.

பகோம் தான் கொண்டு வந்திருந்த பணத்தை எடுத்துத் தொப்பியில் வைத்தான். பெல்ட்டை இடுப்பில் இறுக்கிக் கட்டிக் கொண்டு உடைகளைச் சரிப்படுத்திக் கொண்டு ரொட்டித் துண்டுகளையும் தண்ணீர்ப் புட்டியையும் ஒரு பையில் போட்டுத் தோளில் மாட்டிக் கொண்டு புறப்படத் தயாரானான். எந்தத் திசையில் போவது என்று நின்று நிதானமாக சிறிது நேரம் யோசித்தான். எந்தப் பக்கம் பார்த்தாலும் நல்ல நிலமாகவே இருந்ததால் சுலபமாக எதைப் பற்றியும் அவனால் தீர்மானிக்க முடியவில்லை. அவனுக்கு கொஞ்ச நேரத்திற்குத் திகைப்பாக இருந்தது. பிறகு சரி, எதுவானால் என்ன. எல்லாமே நல்ல நிலம் தான் என்று தன்னைத்தானே சமாதானப்படுத்திக் கொண்டு உதயசூரியனை நோக்கிப் புறப்பட்டான். ஒருவன் மட்டும் குதிரை மீது அவனைப் பின் தொடர்ந்து வந்தான்.

பகோம் மிகவும் வேகமாகவும் நடக்கவில்லை. மெதுவாகவும் நடக்கவில்லை. நிதானமாகவே நடந்தான். ஒரு மைல் தூரம் சென் றதும், மண் வெட்டியினால் ஓரிடத்தில் அடையாளம் செய்தான். பிறகு மேலே நடந்து சென்றான். இப்போது அவனது நடையில் சிறிது வேகம் கூடியிருந்தது. நான்கு மைல் தூரம் வந்திருப்பான். அந்த இடத்தில் ஒரு அடையாளம் செய்தான். அப்போது உஷ்ணம் அதிகமாகிக் கொண்டே வந்ததால் சட்டையைக்

கழற்றி விட்டு மேலும் நான்கு மைல் நடந்து போய் அடையாளம் செய்தான். இப்போது பசி எடுத்தது; சாப்பாட்டு நேரம் வந்து விட்டதை அறிந்தான். இரண்டு ரொட்டித் துண்டுகளைத் தின்று விட்டு, பிறகு இடதுபுறம் திரும்பி நான்கு மைல் தூரம் நடந்தான்; போகப் போக எல்லா இடங்களிலும் நல்ல நிலங்களாகவே இருந்தன. அவனுக்கு மகிழ்ச்சி தாளவில்லை. சிறிது இளைப்பாறலாம் என எண்ணினான். ஆனால் தூக்கம் வந்து விட்டால் என்ன செய்வது என்று பயந்தான். அதனால் இளைப்பாறவில்லை.

அப்போது வெயில் தலைக்கு மேல் வந்து விட்டது. அதனால் அவனுக்குக் களைப்பு மேலிட்டது. ஆனாலும் அவன் சளைக்கவில்லை. இன்னும் சில மணி நேரம் கஷ்டப்பட்டால் பிறகு வாழ்நாள் முழுவதும் சுகமாக இருக்கலாமே என்று எண்ணியபடி மேற்கொண்டு ஆறு மைல் தூரம் நடந்தான். மாலை நேரம் வேகமாக நெருங்கிக் கொண்டிருந்தது. இனியும் மேலே போய்க் கொண்டிருக்க முடியாது. இனிப் புறப்பட்ட இடத்துக்குத் திரும்ப வேண்டியதுதான் என எண்ணிப் புறப்பட்ட இடத்தை நோக்கி வேகமாக நடந்தான். இப்பொழுது நடப்பதற்குச் சிரமமாக இருந்தது. கால்களில் வலி எடுத்தது. பாதங்களில் சிராய்ப்புக் காயங்கள் ஏற்பட்டிருந்தன. சிறிது நேர ஓய்வுக்காக அவன் அச்சமயம் உலகில் உள்ள எதைக் கேட்டாலும் தரத் தயாராக இருந்தான். எப்படியும் புறப்பட்ட இடத்துக்குப் போய்ச் சேர்ந்துவிட வேண்டுமே. அதுவரை சூரியன் அவனுக் காகக் காத்திருக்குமா? இவ்வளவு நேரம் பாடுபட்டது வீணாகப் போய்விடாமல் இருக்க வேண்டுமே என அவனது மனம் பதை பதைக்கத் தொடங்கியது. மூச்சைப் பிடித்துக் கொண்டு ஓடினான்; கால்களிலிருந்து இரத்தம் வடியத் தொடங்கியது. ஆனாலும் அதையெல்லாம் பொருட்படுத்தாமல் அவன் ஓடிக் கொண்டே இருந்தான். சூரியன் மறைவதற்குள் புறப்பட்ட இடத்தை அடைய முடியாது போலிருக்கிறதே; எல்லாம் வீணாகி விடும்போலிருக்கிறதே என்ற பயம் அவனை இரைக்க இரைக்க ஓடச் செய்தது. உடல் முழுதும் வியர்த்துக் கொட்டியது. வாயிலிருந்து நுரை கிளம்பியது. நெஞ்சு படபடவென்று அடித்துக் கொண்டது. களைப்பினால் உயிர் போய் விடுமோ என்ற பயம் வேறு அவனை அலைக்கழித்தது. அதே சமயம் கிடைத்த நிலத்தை

நழுவ விட்டால் முட்டாள் எனத் தன்னை எல்லோரும் பரிகசிப் பார்களே என்ற கவலையும் அவனுள் அதிகமாகிக் கொண்டே யிருந்தது.

சூரியனைப் பார்த்தான்; அக்னிப் பிழம்பு போலத் திகழ்ந்த அது அடிவானத்தை நோக்கி வேகமாக இறங்கிக் கொண்டிருந் தது. பாஷ்கீர்கள் போடும் உற்சாகக் கூச்சல் பகோமின் காதுகளில் இப்போது விழ ஆரம்பித்தது. உடனே மனத்தில் புத்துணர்ச்சி பொங்கி எழ அவன் வேகமாக ஓடினான்; மூச்சை அடக்கிக் கொண்டு இன்னும் வெகு வேகமாக ஓடினான். சூரியன் அடி வாரத்தில் மறைவதற்கும் அவன் தான் புறப்பட்ட இடத்தை அடைவதற்கும் சரியாக இருந்தது. ஓடி வந்த வேகத்தில் தடால் என்று அவன் கீழே விழுந்து விட்டான்.

அதே நேரத்தில் பணம் வைக்கப்பட்டிருந்த தொப்பியை அவன் கை தொட்டது.

"தோழனே! நீ மிகவும் சாமர்த்தியசாலி. ஏராளமான நிலத்தைச் சம்பாதித்து விட்டாய்!" என்று அவனைப் பாராட்டினான் தலைவன்.

அதையெல்லாம் கேட்கும் நிலையில் பகோம் இல்லை. அவன் வாயிலிருந்து இரத்தம் கொட்டிக் கொண்டிருந்தது. அவனைத் தூக்கிவிட அவனது வேலையாள் அவன் அருகில் சென்றான். ஆனால் அதற்குள் அவன் உயிர் பிரிந்து விட்டிருந்தது. அதைப் பார்த்த வேலையாள் அலறினான். ஆனால் தலைவனோ இடுப் பிலே கையை வைத்துக் கொண்டு உரக்கச் சிரித்துக் கொண்டிருந் தான். பிறகு அவன் ஒரு மண்வெட்டியை அங்கிருந்த வேலை யாளிடம் கொடுத்து விட்டுச் சென்றான். பாஷ்கீர்கள் இப்போது அந்த இடத்தை விட்டுச் சென்று விட்டனர்.

வேலையாள் மட்டுமே அப்போது அங்கு இருந்தான். பகோமுடைய உயரத்துக்கு ஒரு சவக்குழி தோண்டி அவன் உடலை அதில் புதைத்தான் அவன்.

அவனுக்கு இப்போது வேண்டியிருந்ததெல்லாம் ஒரு ஆறடி அளவேயுள்ள நிலம் மட்டுந்தான்!

☐ ☐ ☐

உலகப் புகழ்பெற்ற
டால்ஸ்டாய் நீதிக்கதைகள்

2

அன்பே கடவுள்

“இது ஜெர்மனியிலிருந்து தயாராகி வந்தது. உயர்ந்த ரகத்தைச் சேர்ந்தது. இதைப் போன்றதை நீ இதற்கு முன் பார்த்திருக்கவே முடியாது. இதில் எனக்கு ஒரு ஜதை பூட்ஸ் உன்னால் தயாரித்துத் தர முடியுமா? அது ஒரு வருடம் உழைக்க வேண்டும். அதற்குள் கிழிந்தோ தேய்ந்தோ போகக்கூடாது. உன்னால் முடியுமானால் சொல். அப்படி அது கிழியாமல் இருக்குமானால் உனக்கு பத்து ரூபிள் கூலி தருகிறேன். ஆனால் அதே சமயத்தில் அது கிழிந்து போனால் உன்னைச் சிறையில் தள்ளி விடுவேன்” என்றார் அந்தக் கனவான்.

அந்த சமயத்தில் மைக்கேல் அந்தக் கனவானுக்குப் பின்புறம் மூலையிலிருந்த எதையோ ஒன்றை வெறித்துப் பார்த்துக் கொண்டிருந்தான். அவன் முகத்தில் அப்போது புன்னகை படர்ந்தது.

“எதைப் பார்த்து அப்படிச் சிரிக்கிறாய்? முட்டாள்! நான் கேட்கும்போது பூட்ஸ் எனக்குத் தயாராக இருக்க வேண்டும். ஞாபகம் இருக்கட்டும்” என்று அந்தக் கனவான் கோபத்துடன் திட்டி விட்டுச் சென்றதும் மைக்கேல் அந்தத் தோலை வட்ட வட்டமாக வெட்ட ஆரம்பித்தான்.

தான் வெட்டி எடுத்த தோல்களைக் கொண்டு பிணத்துக்குப் போடும் செருப்பைத் தைக்கத் தொடங்கினான். அதைப்பார்த்த மைக்கேல், மாட்ரினா இவர்களின் திகைப்பு இப்போது மேலும் அதிகமாயிற்று.

அன்பே கடவுள்

■ **மரம் வைத்தவன் தண்ணீர் ஊற்றுவான்**

ஏழை ஒருவன் தன் மனைவி மக்களுடன் வசித்து வந்தான். செருப்புத் தைப்பது அவனுடைய தொழில். சைமன் என்பது அவன் பெயர். அவனுக்குச் சொந்தமாக நிலமோ, வசிக்கக் குடிசையோ எதுவுமே கிடையாது. செருப்புத் தைக்கும் தொழிலில் அவனுக்குக் கிடைக்கும் கூலியோ மிகவும் குறைவு. அப்போது ரொட்டியின் விலையோ மிகவும் அதிகமாக இருந்தது. அதனால் அரை வயிறு சாப்பிட்டுத்தான் அவன் குடும்பம் காலத்தைக் கடத்தியது. கணவனுக்கும், மனைவிக்குமாக சேர்த்து ஒரே ஒரு கிழிந்து போன ஆட்டுத் தோல் கோட்டுதான் அவர்களிடம் இருந்தது. புதுக்கோட்டு ஒன்று வாங்க வேண்டும் என்பதற்காக இரண்டு ஆண்டுகளாக அவன் சிறுகச் சிறுகச் சேமித்து வந்தான். அந்தத் தொகை அவனுடைய மனைவியின் பெட்டியிலே அப்போதைக்குப் பத்திரமாக இருந்தது.

ஒரு நாள் காலை வேளையில் மனைவி தந்த தேநீரை அருந்தி விட்டு அவன் தன் மனைவியின் சட்டையை எடுத்து அணிந்து கொண்டான். பெட்டியில் இருந்து மூன்று ரூபிள்களை எடுத்துக் கொண்டு கைத்தடியை ஆட்டியபடி வெளியே புறப்பட்டான். தனக்கு வரவேண்டிய பாக்கி ஐந்து ரூபிள்களை அன்றைக்கு வசூலித்து விட்டால், கையில் இருப்பதையும் சேர்த்து, எட்டு ரூபிள்களுக்குப் புதுக் கோட்டு ஒன்று வாங்கி விடலாம் என்பது அவன் எண்ணம்.

அதனால் பாக்கி தர வேண்டியவன் ஒருவனின் வீட்டுக்குச் சென்றான். அங்கே அவன் இல்லை. வாரக் கடைசியில்

பாக்கியை அனுப்பி வைப்பதாக அவன் மனைவி கூறினாள். மற்றொருவன் வீட்டுக்குச் சென்றான். அவன் தன்னிடம் அப்போதைக்கு ஒரு காசுகூட இல்லை எனச் சத்தியம் செய்தான். தோல் வியாபாரியிடம் சென்று கடன் கேட்டான். அவன் இவனை நம்பிக் கடன் தர மறுத்து விட்டான்.

இருபது காசுகள் மட்டுமே அன்று செய்த வேலையின் மூலம் அவனுக்குக் கூலியாகக் கிடைத்திருந்தது. வசூல் செய்வதற்காக அலைந்ததால் ஏற்பட்ட களைப்பினால் அவனால் வேறு எந்த வேலையும் செய்ய இயலவில்லை. அதனால் மனம் சலித்துப் போன அவன் தன் கையில் இருந்த இருபது காசுகளுக்கும் சாராயத்தை சாப்பிட்டு விட்டான். பிறகு வீட்டை நோக்கி நடந்தான். அப்போது எங்கும் பனி மூடியிருந்தது. மிகவும் குளிராகவும் இருந்தது. தனக்குத்தானே ஏதேதோ பேசியபடி அவன் நடந்து கொண்டிருந்தான். கோட்டு இல்லாமலிருந்தும் குடித்தது குளிருக்கு இதமாயிருக்கிறதே! இத்தனைக்கும் சிறிது அளவுக்குத்தானே குடித்தேன். அதுவே இவ்வளவு வேலை செய்கிறதே! என்னைப் பொறுத்தவரை இனிமேல் எனக்குக் கோட்டே தேவை இல்லை. ஆனால், மனைவி கோட்டு வேண்டும் என்று தொந்தரவு செய்து கொண்டிருக்கிறாளே! நாமோ வேலையும் செய்து கொடுத்து விட்டுப் பணத்துக்கும் நடையாய் நடக்க வேண்டியதாக இருக்கிறதே. என்ன பிழைப்பு இது. வெளியே சொன்னால் வெட்கக் கேடு. எது எப்படியானாலும் வாரத்துக்குச் சாப்பாட்டுக்காக மூன்று ரூபிள்களாவது சம்பாதித்தாக வேண்டும். வீட்டில் உள்ள மளிகைச் சாமான்கள் இந்நேரம் தீர்ந்து போயிருக்கும். மளிகைச் சாமான் வாங்குவதற்கு இப்போது என்ன செய்வது?

தனக்குத்தானே இப்படிப் பேசிக் கொண்டு தெரு முனையிலிருக்கும் பிரார்த்தனை மண்டபத்துக்கு அருகில் வந்து விட்டான் அவன். அங்கே எதிரில் ஏதோ வெண்மையாக அவன் கண்ணுக்குப் புலப்பட்டது. ஆனால் எவ்வளவோ கூர்ந்து பார்த்தும் அது என்னவென்பதை அவனால் புரிந்து கொள்ள முடியவில்லை. அந்த இடத்தில் கல்கூடக் கிடையாதே, ஒருவேளை அது மாடாக இருக்குமோ! அப்படியும் தோன்றவில்லையே! இவ்வாறு யோசித்துக் கொண்டே அதைச் சற்று நெருங்கிப் போய்ப் பார்த்தான். என்ன ஆச்சரியம்! அது ஒரு மனித உருவம்!

அந்த உருவத்திற்கு உயிர் இருக்கிறதோ, இல்லையோ - சரியாக எதுவும் அவனுக்குத் தெரியவில்லை. அந்த உருவம் அசைவற்று, நிர்வாணமாகச் சுவரின் மீது முதுகைச் சாய்த்தபடி அமர்ந்திருந்தது. அதைப் பார்த்ததும் சைமனுக்குப் பயம் உண்டாயிற்று. 'யாரோ இவனைக் கொன்று, இவனிட மிருந்ததை யெல்லாம் பறித்துக் கொண்டு இவனது வெறும் உடலை எறிந்து விட்டுப் போயிருக்கிறார்கள்' என்று அவன் நினைத்தான்.

தன் கையிலுள்ளதையும் யாராவது அடித்துப் பறித்துக் கொண்டு விட்டால் என்ன செய்வது என்ற பயத்தால் அவன் வேகமாக நடந்தான். சிறிது தூரம் சென்ற பின் திரும்பிப் பார்த்தான். அந்த உருவம் அசைந்தது மாதிரி தெரிந்தது. அதைப் பார்த்ததும், அவனுக்கு மேலும் பயம் அதிகரித்தது. அவனிடம் போவதா? வேண்டாமா? போனால் என்ன நடக்குமோ? கடவுள் தான் அதை அறிவார். அந்த நிர்வாண மனிதனை இப்போது என்ன செய்வது?

பலவாறாக யோசித்துப் பார்த்த அவன் கடைசியில் வந்தது வரட்டுமென்று வேகமாகத் தன் வீடு இருந்த திசையை நோக்கி வேகமாக அடியெடுத்து வைத்தான். "சைமன்! அந்த மனிதன் பரிதாபமாகச் செத்துக்கொண்டிருக்கிறான். அவனைக் கண்டு பயப்பட்டவனைப் போலப் பேசாமல் போய்க் கொண்டிருக்கிறாயே! உன்னிடமுள்ள பொருளைப் பிறர் திருடிச் செல்லும் அளவுக்கு நீ பணக்காரனாகி விட்டாயா என்ன? சீ, உனக்கு வெட்கமாக இல்லை..." என்று மனச்சாட்சி அவனை இடித்துக் கூறியது.

உடனே அந்த மனிதனின் அருகில் சென்றான் சைமன். அவன் ஒரு இளைஞன். அவன் உடலில் காயம் எதுவும் இல்லை. ஆனால், அவனது உடல் விரைத்துப் போயிருந்தது. தன்னை நெருங்கி வரும் சைமனை அவனால் கண்ணைத் திறந்துகூடப் பார்க்க இயலவில்லை. சிறிது நேரத்தில் தூக்கத்திலிருந்து எழுவது போல், அவன் தலையைத் தூக்கினான். பிறகு தன் கண்களை அகலத் திறந்து சைமனை வெறித்துப் பார்த்தான். சைமனுக்கு இப்போது கொஞ்சம் தைரியம் பிறந்தது.

அவனைத் தூக்கி நிறுத்தித் தன்னுடைய சட்டையைக் கழற்றி அவனுக்கு அணிவித்தவன், தன்னுடைய பூட்சையும் கழற்றி

அவனுக்கு அணிவித்தான். "தோழனே! எழுந்திரு. கொஞ்சம் நட பார்க்கலாம்," என்று அவனிடம் சற்று ஆறுதலாகக் கூறினான் சைமன். அவன் அதற்குப் பதில் எதுவும் பேசவில்லை. ஆனால் அவன் பார்வையில் ஒரு சிநேக பாவம் தெரிந்தது.

"இங்கே இந்தக் குளிரில் உன்னால் இருக்க முடியாது. வா, என் வீட்டுக்குப் போகலாம். ஏன் பேச மாட்டேன் என்கிறாய்?" என்றபடி தன்னிடமிருந்து கைத்தடியை அவனிடம் கொடுத்தான் சைமன்.

அதைப்பிடித்துக் கொண்டு சிரமம் இல்லாமல் அவன் நடந்து வந்தான்.

"உன்னுடைய ஊர் எது?" என்று அவனிடம் கேட்டான் சைமன்.

"வெளியூர்" என்றான் அந்த இளைஞன்.

"அதுதான் பார்த்தாலே தெரிகிறதே! இங்கே பிரார்த்தனை மண்டபத்துக்கு எப்படி வந்தாய் என்று கேட்கிறேன்?"

"எனக்குத் தெரியாது!

"யாராவது உன்னை அடித்தார்களா?"

"இல்லை, கடவுள்தான் என்னைத் தண்டிக்கிறார்."

"இந்த உலகத்தில் நடக்கும் எல்லாவற்றுக்கும் காரணகர்த்தா கடவுள்தான்! அவருக்குக் கட்டுப்பட்டு நடக்க வேண்டியது நம் கடமை. நீ எங்கே போய்க் கொண்டிருந்தாய்?"

"குறிப்பாக எங்கும் இல்லை!"

அவனது பேச்சு சைமனுக்கு மிகவும் ஆச்சரியத்தைக் கொடுத்தது. அவனைப் பார்த்தால் கெட்டவனாக இருப்பான் என்றும் தோன்றவில்லை. ஆனால், அவனுடைய பேச்சு இயல்பானதாகத் தோன்றியபோதிலும், அவன் உண்மையைத் தெளிவாகக் கூற மாட்டேனென்கிறானே? அது ஏன்? என்று குழம்பினான்.

"இப்பொழுது என் வீட்டுக்கு வா. பிறகு உன் விருப்பம் போல் நீ எங்கு வேண்டுமானாலும் போகலாம்" என்று கூறிவிட்டுச் சைமன் மேலே நடந்தான். அவனும்கூட வே நடந்தான்.

சைமனின் குடிபோதை இப்போதைக்கு அடங்கி விட்டிருந்தது. மேல் சட்டை இல்லாததனால் அவனுக்கு இப்போது குளிர் உறைக்கத் தொடங்கியது. தோல் கோட்டு வாங்கப் போய் இப்போது மேல் சட்டைகூட இல்லாமல் அல்லவா திரும்ப வேண்டியதாகி விட்டது. போதாக்குறைக்கு கூடவே ஒரு நிர்வாண மனிதனை வேறு துணைக்கு சேர்த்துக் கொண்டு விட்டோம். மனைவி மாட்ரினா இதற்கெல்லாம் என்ன சொல்லு வாளோ... என்று எண்ணிய அவனுக்குச் சிறிது பயம் உண்டாயிற்று.

சைமன் கோட்டு வாங்கிக் கொண்டு வருவான் என்று கற்பனையில் மிதந்து கொண்டிருந்தாள் அவன் மனைவி மாட்ரினா. 'சைமன் ஒரு அப்பாவி மனிதன்! கடைக்காரன் எதையாவது கொடுத்து ஏமாற்றினாலும் இவனுக்குத் தெரியாது! எட்டு ரூபிள்கள் என்பது அப்படியொன்றும் குறைவான தொகையில்லையே. அந்தக் காசுக்கு நிச்சயமாக நல்ல தோல் கோட்டு கிடைக்கும். அது இல்லாமல் நான்தான் எவ்வளவு கஷ்டப்படுகிறேன். என்னால் வெளியில் எங்கும் போகக்கூட முடியவில்லையே. எனக்குப் போர்த்திக் கொள்வதற்குக்கூட எதுவும் இல்லையே. இவர் சீக்கிரமாக வீடு திரும்பக்கூடாதா? ஒரு வேளை ஜாலியாக பொழுதுபோக்க எங்காவது போய் விட்டாரோ...?'

இவ்வாறு அவளது எண்ணங்கள் சிறகடித்துப் பறந்து கொண்டிருக்கையில் வெளியில் காலடி ஓசை கேட்டது. அவள் திரும்பிப் பார்த்தாள். சைமனும் அந்த மனிதனும் அப்போது வீட்டுக்குள் நுழைந்து கொண்டிருந்தனர். சைமனிடமிருந்து மது வாடை வீசியது. அவனுடைய கையில் கோட்டு எதுவும் இல்லை. சரி தான். நான் நினைத்தபடி எங்கேயோ உல்லாசமாகத் திரிந்து விட்டுதான் வந்திருக்கிறார் என்று எண்ணிக் கொண்டு, கூட வந்திருப்பவனைக் கவனித்தாள். தன்னுடைய சட்டையை அவன் அணிந்து கொண்டிருப்பதை அப்போதுதான் அவள் கவனித்தாள். அவனோ அசைவற்றவனாய் தலையைச் சிறிதுகூட நிமிராமல் நின்று கொண்டிருந்தான். இவன் யோக்கியனாக இருப்பானா என்ற சந்தேகம் அவள் மனதில் ஏற்பட்டது.

தன் தலையிலிருந்து தொப்பியைக் கழற்றியபடி தான் எந்தத் தவறையுமே செய்யாதவனைப்போல் நாற்காலியில் வந்தமர்ந்

தான் சைமன். பிறகு "மாட்ரினா, எங்களுக்குச் சோறு போடுகிறாயா?" என்று மனைவியைப் பார்த்துக் கேட்டான்.

ஆத்திரத்துடன் அவனைப் பார்த்துச் சீறினாள் அவள். பிறகு இருந்த இடத்தில் இருந்தபடியே, அசையாமல் இருவரையும் மாறி மாறிப் பார்த்தாள்.

இப்போது அவளுடைய கோபம் மேலும் அதிகரித்தது. "உனக்கு இங்கே யாரும் சோறு சமைத்து வைக்கவில்லை. நீதான் குடிவெறியில் அறிவை இழந்து விட்டாயே! கோட்டு வாங்கி வரப்போனவன் குடித்து விட்டு கூட ஒரு போக்கிரியை வேறு கூட்டிக் கொண்டு வந்திருக்கிறாய். உங்களைப் போன்ற குடிகாரர்களுக்கு இங்கே சோறு கிடையாது!" என்று சீறினாள்.

"முதலில் அவன் யார் என்று கேட்காமல், ஏன் இப்படி சுடு வார்த்தைகளை அள்ளி வீசுகிறாய்?" என்று வருத்தத்துடன் கேட்டான் சைமன்.

"சரி, பணம் எங்கே?" கோபம் குறையாமலேயே கேட்டாள் அவள்.

"இதோ இருக்கிறது. மேற்கொண்டு எதுவும் வசூலாகவில்லை" என்று தன்னிடம் அப்படியேயிருந்த ரூபிள்களை எடுத்து அவளிடம் நீட்டினான்.

அவள் அதைப் பறித்துக் கொண்டு, அறைக்குள் ஓடியபடியே, 'குடிகாரர்களுக்குச் சோறு போட நான் தயாராக இல்லை' என்று மீண்டும் புலம்ப ஆரம்பித்து விட்டாள்.

"விஷயத்தைச் சொல்லவிடாமல் குதிக்கிறாயே! வாயை மூடு!" என்று பதிலுக்குத் தானும் கத்தினான் சைமன்.

"குடிகாரன் பேச்சுக்கு மதிப்பேது? உன்னை மணந்து கொண்டது என் தவறு. என் தாய் கொடுத்ததையும் குடித்து ஒழித்து விட்டாய். கோட்டு வாங்கி வரச்சொன்னால் குடித்துத் தொலைத்து விட்டு வந்து நிற்கிறாய்" என்று கோபத்தோடு சீறினாள்.

அவன் எவ்வளவோ பொறுமையாக நடந்தவற்றையெல்லாம் அவளிடம் விளக்க முயன்றான். அவள் அதில் எதையும் கொஞ்சமும் காதில் வாங்காமல், அவன் மீது பாய்ந்தாள். 'என்

சட்டையைக் கழற்றிக் கொடுத்து விட்டு நீ எக்கேடும் கெட்டுப் போ!' என்று கத்தினாள்.

அவன் சட்டையைக் கழற்றித் தூர எறிந்தான்.

"ஒரு மனிதன் யோக்கியனாக இருந்தால் உடை கூட இல்லாமல் இப்படித் திரிவானா? அவன் நல்லவனாக இருந்தால் நீயே அவனைப் பற்றி இந்நேரம் முந்திக் கொண்டு என்னிடம் கூறியிருக்க மாட்டாயா?" என்று கத்தினாலும், அவன் யார் என்று அறிந்து கொள்ளும் ஆர்வம் அவள் மனதில் இருக்கத்தான் செய்தது.

பிரார்த்தனை மண்டபத்துக்கு அருகில் தான் அவனைப் பார்த்ததையும் அப்போது அவன் இருந்த நிலையையும் விவரித்து விட்டு, "கடவுள்தான் என்னை அவனிடம் கொண்டு சேர்த்தார் என்று நினைக்கிறேன். இல்லாவிடில் அவன் குளிரில் விறைத்துச் செத்துப் போயிருப்பான். நான் என்ன செய்வேன்? காரணம் இல்லாமல் இப்படி எல்லாம் நடக்காது. கோபத்தை அடக்கிக் கொள். அது பாபத்தைத்தான் சம்பாதித்துக் கொடுக்கும். நாம் எல்லோருமே ஒரு நாள் சாக வேண்டியவர்கள்தான் என்பதை மறந்து விடாதே!" என்றான் சைமன்.

மீண்டும் கோபத்தோடு சீறத் தொடங்கிய அவள் ஏனோ மௌனமானாள்.

நாற்காலியின் விளிம்பில் முழங்காலைக் கட்டிக் கொண்டு மார்பிலே தலையைக் கவிழ்த்தபடி கண்களை மூடிக்கொண்டு உட்கார்ந்திருந்தான் அந்தப் புதிய மனிதன்.

"உனக்கு இரக்கம் என்பதே கிடையாதா, மாட்ரினா?" என்று அவளைப் பார்த்துக் கெஞ்சினான் சைமன்.

மீண்டும் ஒருமுறை அவள் அவனைப் பார்த்தாள். இப்போது அவளது இதயத்தில் சிறிது இரக்கம் சுரந்தது. உடனே அடுப்பருகில் சென்றவள் ரொட்டித் துண்டுகளையும் கஞ்சியையும் எடுத்துக்கொண்டு வந்து மேஜை மீது வைத்தாள்.

பிறகு ஒரு மூலையில் போய் உட்கார்ந்து கொண்டு, வந்தவனையே பார்த்துக் கொண்டிருந்தாள். இப்போது

அவனுக்காக அவள் அனுதாபப்பட்டாள். அவனுடைய முகச்சுருக்கங்கள் இப்போது மறைந்திருந்தன. அவன் முகத்தில் புன்சிரிப்பு தவழ்ந்தது. அதைக் கண்ட அவள் மனம் நிறைந்தது.

அவனை நோக்கி, அவள் கேட்டாள்:

"நீ எங்கிருந்து வருகிறாய்?"

"வெளியூரிலிருந்து!"

"ஏன் தெருவில் விழுந்து கிடந்தாய்?"

"ஏனென்று எனக்குத் தெரியவில்லை!"

"சரி, உன்னுடைய உடைகளை யார் எடுத்துக் கொண்டார்கள், அதையாவது சொல்."

"கடவுள் என்னைத் தண்டிக்கிறார்!" என்று அதற்கு அவனிடமிருந்து பதில் வந்தது.

"தெருவில் உடையின்றிக் கிடந்தாயா?"

"ஆமாம். என் அந்த நிலையைப் பார்த்துச் சைமன் என் மேல் இரக்கம் கொண்டார். அவருடைய சட்டையை எனக்கு அணிவித்து என்னை இங்கே அழைத்து வந்தார். இங்கே நீங்கள் எனக்கு உணவளித்து அன்பு செலுத்தினீர்கள். கடவுள் உங்களிடம் கருணை காட்டட்டும்."

மாட்ரினா எங்கிருந்தோ தேடிப் பிடித்துக் கால்சட்டை ஒன்றை எடுத்து வந்து அவனிடம் கொடுத்தாள். தான் தைத்துக் கொண்டிருந்த ஒரு சட்டையையும் கொடுத்து அவனை அதை அணிந்து கொள்ளச் சொன்னாள்.

அவன் அங்கிருந்த நாற்காலியில் படுத்துக் கொண்டான்.

விளக்குகளெல்லாம் அணைக்கப்பட்டன. அவளுக்கு ஏனோ தூக்கம் வரவில்லை. வீட்டில் கடைசியாக இருந்த ரொட்டியும் இப்போது தீர்ந்து விட்டது. காலையில் சாப்பிடுவதற்கென்று அந்த வீட்டில் எதுவுமே இருக்காது. அந்த நினைப்பு வந்ததும் அவளுக்குக் கலக்கம் ஏற்பட்டது. ஆனால், புதியவனின் புன்னகை அவளுடைய இதயச் சுமையைப் போக்குவதாக இருந்தது.

வெகு நேரம் அவனையே உற்றுக் கவனித்துக் கொண்டிருந் தாள் அவள். சைமனும் இன்னும் தூங்கவில்லை.

"நாளைக் காலையில் சாப்பிட ஒன்றும் இல்லையே, என்ன செய்வது?"

"எப்படியோ சமாளிப்போம்!" என்றான் சைமன்.

"சைமன்! எல்லோருக்கும் நாம் கொடுக்கிறோமே! நமக்கு ஏன் யாரும் கொடுப்பதில்லை?" என்றாள் அவள் வருத்தத்துடன்.

இந்தக் கேள்விக்குப் பதில் அளிப்பதற்குச் சைமனுக்குச் சிரமமாக இருந்தது. "அதைப் பற்றிப் பிறகு பேசலாம்" என்று கூறி விட்டுத் திரும்பிப் படுத்தவன் அப்படியே தூங்கி விட்டான்.

காலையில் எழுந்ததும் ரொட்டியைக் கடனாக வாங்கி வருவதற்கு மாட்ரினா வெளியே போனாள். புதிதாக அந்த வீட்டுக்கு வந்தவன் நாற்காலியில் உட்கார்ந்தபடியே, அண் ணாந்து எதையோ பார்த்துக் கொண்டிருந்தான். அவனுடைய முகம் இப்போது மிகவும் தெளிவாக இருந்தது.

சைமன் அவனைப் பார்த்து, "வயிற்றுக்கு உணவு தேவை. உடலுக்கு உடை தேவை. இவை இரண்டுக்காகவும் ஒருவன் பாடு பட்டுச் சம்பாதிக்க வேண்டும். உனக்கு சம்பாதிப்பதற்கான தொழில் ஏதாவது தெரியுமா?" என்று கேட்டான்.

"எனக்கு அப்படிப்பட்ட தொழில் எதுவும் தெரியாது!" என்று அவன் பதில் அளித்தான்.

அதைக் கேட்ட சைமனுக்குச் சிரிப்புதான் வந்தது. அதை அடக்கிக் கொண்டு, "சரி, நான் கற்றுக் கொடுத்தால் அதைக் கற்றுக் கொள்ள முயற்சி செய்வாய் அல்லவா? ஆர்வம் இருந்தால் இந்த உலகத்தில் கற்றுக் கொள்ள முடியாததென்று எதுவுமே இல்லை" என்றான்.

பிறகு "உன் பெயர் என்ன?" என்று கேட்டான்.

"என் பெயர் மைக்கேல்."

"மைக்கேல், உன்னைப் பற்றி நீ எதுவுமே சொல்லாமல் மறைக்கிறாய். அது உன் சொந்த விஷயம். போகட்டும். நான்

சொல்லித் தருகிற வேலையைச் செய். உன் தேவைகளை நாங்கள் கவனித்துக் கொள்கிறோம்'' என்றான். அவனும் அதற்கு சம்மதித்தான்.

சைமன் ஒவ்வொரு வேலையாக அவனுக்குக் கற்றுக் கொடுத்துக் கொண்டே வந்தான். அவனும் எல்லாவற்றையும், வெகு விரைவில் கற்றுத் தேர்ச்சி பெற்றான். எதிலும் அவன் தவறேதும் செய்யவில்லை. குறைவான அளவு உணவே சாப்பிட்டான். சில சமயங்களில் ஏதோ யோசனையில் இருப்பவன் போல் வானத்தை அண்ணாந்து பார்த்தபடியே உட்கார்ந்திருப்பான். அந்த வீட்டைவிட்டு அவன் வெளியே போனதே கிடையாது. தன்னைப் பற்றி எதுவும் யாரிடமும் அவன் பேசுவதுமில்லை. சிரிப்பதோ யாரையும் கேலி செய்வதோ இல்லை. முதல் நாள் மாட்ரினா அவனுக்கு உணவு அளிக்கும்போது அவனைப் பார்த்துப் புன்முறுவல் பூத்ததோடு சரி. அதன் பிறகு அவன் முகத்தில் அந்தப் புன்னகையை யாரும் பார்க்கவில்லை.

இப்படியே ஆண்டு ஒன்றும் உருண்டு ஓடியது! மைக்கேல் இப்போதும் சைமனுடன்தான் இருந்தான். சைமனிடம் வேலைக்கு இருக்கும் ஆள் பூட்ஸ்களை மிகவும் நன்றாகத் தைக்கிறான் என்ற புகழ் எங்கும் பரவியது. அதனால் நாட்டின் பல பகுதிகளிலிருந்தும் பூட்ஸ் தைப்பதற்காகச் சைமனிடம் பலரும் வந்தனர்.

மழைக்காலத்தில் ஒரு நாள் சைமனும் மைக்கேலும் உட்கார்ந்து தங்கள் வேலைகளைப் பார்த்துக் கொண்டிருந்தார்கள். அப்பொழுது கோச் வண்டி ஒன்றில் வந்து இறங்கிய ஒரு கனவான் சைமனை நோக்கி வந்தார். அவன் எழுந்து அவருக்கு வணக்கம் தெரிவித்தான். 'உங்களில் பூட்ஸ் தைப்பதில் திறமைசாலி யார்?' என்று அவர்களைப் பார்த்துக் கேட்டார் அந்தக் கனவான். 'நான்தான்' என்றான் சைமன். உடனே அவர் தன் பையிலிருந்து ஒரு தோலை எடுத்து, "இது ஜெர்மனியிலிருந்து தயாராகி வந்தது. உயர்ந்த ரகத்தைச் சேர்ந்தது. இதைப் போன்றதை நீ இதற்கு முன் பார்த்திருக்கவே முடியாது. இதில் எனக்கு ஒரு ஜதை பூட்ஸ் உன்னால் தயாரித்துத் தர முடியுமா? அது ஒரு வருடம் உழைக்க வேண்டும். அதற்குள் கிழிந்தோ தேய்ந்தோ போகக்கூடாது. உன்னால் முடியுமானால் சொல்.

அப்படி அது கிழியாமல் இருக்குமானால் உனக்கு பத்து ரூபிள் கூலி தருகிறேன். ஆனால் அதே சமயத்தில் அது கிழிந்து போனால் உன்னைச் சிறையில் தள்ளி விடுவேன்" என்றார் அந்தக் கனவான்.

சைமன் அந்த வேலையை ஏற்றுக்கொள்ளத் தயங்கினான். மைக்கேலைப் பார்த்து அந்த வேலையை ஒப்புக் கொள்ளலாமா என்று சைகையில் கேட்டான். ஒப்புக்கொள் என்ற பாவனையில் அவன் தலையை ஆட்டினான்.

அதற்குப் பிறகு துணிந்து கனவானின் கால் அளவுகளை எடுத்துக் கொண்டான் சைமன்.

அந்த சமயத்தில் மைக்கேல் அந்தக் கனவானுக்குப் பின்புறம் மூலையிலிருந்த எதையோ ஒன்றை வெறித்துப் பார்த்துக் கொண்டிருந்தான். அவன் முகத்தில் அப்போது புன்னகை படர்ந்தது.

"எதைப் பார்த்து அப்படிச் சிரிக்கிறாய்? முட்டாள்! நான் கேட்கும்போது பூட்ஸ் எனக்குத் தயாராக இருக்க வேண்டும். ஞாபகம் இருக்கட்டும்" என்றார் அந்தக் கனவான் கோபத்துடன். "எப்பொழுது வேண்டுமானாலும் அது உங்களுக்குக் கிடைக்கும்" என்றான் மைக்கேல். கனவான் புறப்பட்டுப் போய் விட்டார்.

"கனவானோ மிகவும் முரடனாக இருக்கிறான். அவன் கொடுத்த தோலோ மிகவும் விலை உயர்ந்ததாக இருக்கிறது. கவனமாக அதைப் பயன்படுத்தி பூட்ஸ் செய்ய வேண்டும். இந்த அளவுகளை வைத்துக் கொண்டு கவனமாக வெட்டு" என்று மைக்கேலிடம் கூறினான் சைமன்.

மைக்கேல் அந்தத் தோலை வட்ட வட்டமாக வெட்ட ஆரம் பித்தான். அதைப் பார்த்து மாட்ரினா திகைத்துப் போனாள். அவன் பூட்ஸ் செய்வதற்கு வெட்டுவது மாதிரியில்லா மல் வேறு மாதிரியாக வெட்டியதே அதற்குக் காரணம். ஆனால் அதைப் பார்த்த சைமனோ, மைக்கேலுக்குத் தெரியாதா எப்படி வெட்ட வேண்டுமென்று. ஏதோ புது மாதிரியாக பூட்ஸ் செய்யப் போகிறான் போலிருக்கிறது என்று கருதி வேறு வேலையில் ஆழ்ந்து விட்டான். தான் வெட்டி எடுத்த தோல்களைக் கொண்டு பிணத்துக்குப் போடும் செருப்பைத் தைக்கத் தொடங்கினான் மைக்கேல். மாட்ரினாவின் திகைப்பு இப்போது மேலும்

அதிகமாயிற்று. உணவு நேரம்வரை மைக்கேல் அந்தத் தோலை வைத்துத் தைத்துக் கொண்டே இருந்தான். அப்பொழுதுதான் சைமன் அவன் செய்து கொண்டிருந்த காரியத்தைப் பார்த்தான். 'இதுவரை தவறே செய்யாத மைக்கேல் இப்போது இப்படிச் செய்து அந்தத் தோலைப் பாழாக்கி விட்டானே. கனவானுக்கு என்ன பதில் சொல்வது?' எனச் சைமன் புலம்பினான். "என்ன மைக்கேல்! கனவானுக்குச் செருப்புத் தைக்காமல் பிணத்துக்குப் போடும் செருப்பைத் தைத்திருக்கிறாயே, இப்போது என்ன செய்வது? அவனுக்கு என்ன பதில் சொல்வது" என வருத்தத் தோடு கேட்டான் சைமன்.

அந்தச் சமயம், அங்கே குதிரையில் ஒரு ஆள் வந்து இறங்கினான்.

அவன் நேராகச் சைமனிடம் வந்து "உங்களிடம் பூட்ஸ் தைக்கச் சொன்ன கனவான் இறந்து விட்டார். இப்போது எங்களுக்குப் பூட்ஸ் தேவை இல்லை. பிணத்துக்குப் போடும் செருப்புதான் வேண்டும். அதைத் தயார் செய்யும்படி சீமாட்டி என்னிடம் சொல்லி அனுப்பினாள்" என்றான்.

இதைக்கேட்ட சைமனும் மாட்ரினாவும் வியப்படைந்து போனார்கள். உடனே மைக்கேல் தைத்து வைத்திருந்த பிணச் செருப்பை எடுத்துக் கட்டி, வந்தவனிடம் கொடுத்து அனுப்பினான் சைமன்.

சைமனிடம் மைக்கேல் வந்து அப்போது ஆறு ஆண்டுகள் ஆகியிருந்தன. எப்போதும் போலத்தான் இருந்தான் அவன். வெளியே எங்கும் செல்வதில்லை; யாருடனும் பேசுவதில்லை; குறிப்பாகத் தன்னைப் பற்றி எதுவுமே பேசுவதில்லை. ஆனால் இங்கு வந்த பிறகு அவன் இரண்டே இரண்டு முறை புன்னகை புரிந்திருக்கிறான். ஒரு முறை மாட்ரினா அவனுக்கு உணவு அளித்தபோது. மறுமுறை இறந்த கனவான் அங்கு வந்திருந்த போது. மைக்கேலிடம் சைமனுக்கு மிகவும் பிரியம். அவனிடம் அவன் எதுவும் கேட்பதே இல்லை. ஏதாவது கேட்டால் அவன் தன்னை விட்டுப் போய் விடுவானோ என்ற பயம்தான் அதற்குக் காரணம்.

வழக்கம்போல் அன்றும் சைமனும், மைக்கேலும் வேலை செய்து கொண்டிருந்தார்கள். மாட்ரினா சமைத்துக் கொண்டிருந்தாள்.

"ஒரு அம்மாவும் இரண்டு சிறுமிகளும் நம் வீட்டை நோக்கி வந்து கொண்டிருக்கிறார்கள்" என்று சிறுவன் ஒருவன் ஓடி வந்து மைக்கேலிடம் சொன்னான். ஜன்னல் வழியாக வெளியே பார்த்தான் மைக்கேல். சைமனுக்கு அவன் செய்த இந்தக் காரியத்தைப் பார்க்கும்போது ஆச்சரியமாக இருந்தது. எப்போதும் வெளியே பார்க்காத மைக்கேல் இப்பொழுது வெளியே பார்த்தால் ஆச்சரியமாக இருக்காதா பின்னே? நன்றாக உடை அணிந்திருந்த ஒரு பெண் ஒரே மாதிரியான தோற்றம் உடைய இரண்டு சிறுமிகளைக் கைப்பிடித்து அழைத்துக் கொண்டு வீட்டிற்குள் வந்து அமர்ந்தாள். பிறகு தன்னுடன் வந்த சிறுமிகளுக்கு பூட்ஸ் தைக்க வேண்டும் என்றாள்.

சிறிய பூட்ஸ்களை நாங்கள் இதுவரை தைத்தது இல்லை. ஆனாலும் இப்பொழுது தைத்துத் தருகிறோம் என்று கூறிவிட்டு, 'இதோ, இவன்தான் என்னுடைய திறமையான உதவியாள் மைக்கேல்' என அவனைக் காட்டிச் சொன்னான் சைமன். அப்போது அந்த சின்னஞ்சிறு சிறுமிகளையே கூர்ந்து பார்த்துக் கொண்டிருந்தான் மைக்கேல். அந்தக் காட்சியைப் பார்த்த சைமனுக்கு ஆச்சரியமாக இருந்தது.

"இவர்கள் இருவரது கால்களையும் தனித்தனியே அளவு எடுத்துக் கொள். இதற்கு ஒரு கால் ஊனம்" என்று ஒரு குழந்தையை சுட்டிக்காட்டினாள் அந்தப் பெண்.

"இவள் கால் எப்படி ஊனம் ஆயிற்று? இது பிறவியிலேயே நிகழ்ந்ததா?" என்று கேட்டான் சைமன்.

"இல்லை, பிறகு நேர்ந்தது" என்றாள் அவள்.

"இவர்கள் உங்களுடைய குழந்தைகளா?" என்று கேட்டான் சைமன்.

"இவை இரண்டும் இரட்டைப் பிறவி. நான்தான் இருவரையும் பாலூட்டி வளர்த்தேன். அழகான இக்குழந்தைகளிடம் அன்பு காட்டாமல் எப்படி இருக்க முடியும்? இவர்களுக்கும் எனக்கும்

எந்த உறவும் இல்லை. ஒரு காலத்தில் எனக்கும் ஒரு குழந்தை இருந்தது. ஆனால், அதைக் கடவுள் தன்னிடம் அழைத்துக் கொண்டு விட்டார்.

ஆறு ஆண்டுகளுக்கு முன் இக் குழந்தை களின் பெற்றோர் ஒரே வாரத்தில் ஒருவர் பின் ஒருவராக இறந்து விட்டனர். நானும் என் கணவரும் இவர்களுக்கு அடுத்த வீட்டில் இருந்தோம். குழந்தைகளின் தந்தை ஒரு காட்டிலாகா அதிகாரி; மரம் அவர் மீது விழுந்ததில் அவர் இறந்து போனார். அவர் மனைவி அப்பொழுது கர்ப்பமாக இருந்தாள். அந்த வாரமே இக்குழந்தை களைப் பிரசவித்தாள்.

அப்போது அவர்கள் வீட்டில் தாங்க முடியாத வறுமை. வேறு யாருமே அவர்களுக்குத் துணை இல்லை. தனிமையில் அவள் இறந்து போனாள். பிரசவத்துக்கு மறுநாள் அவளைப் பார்க்கப் போயிருந்தேன். மரண வேதனையில் துடித்துக் கொண்டிருந்த அவள் தன் ஒரு குழந்தையின் காலை நசுக்கி விட்டாள். பிறகு உதவிக்கு ஆட்களை அழைத்துக் கொண்டுபோய்ச் சவ அடக்கம் செய்தோம். அனாதையான இந்தப் பச்சைக் குழந்தைகளை யார் வளர்ப்பது என்ற பிரச்னை எழுந்தது.

எட்டு வாரங்களுக்கு முன்புதான் எனக்குக் குழந்தை பிறந்து இருந்ததால் என்னிடம் தாய்ப்பால் இருந்தது. தற்காலிகமாக இக்குழந்தைகளைக் கவனித்துக் கொள்ளும்படியும் விரைவில் ஏதாவது ஏற்பாடு செய்து விடுவதாகவும் கிராமத்தினர் என்னைக் கேட்டுக் கொண்டனர். நானும் சம்மதித்தேன்.

முதலில் ஊனம் இல்லாத குழந்தைக்கு மட்டும் பால் கொடுத்தேன். ஊனம் உள்ள குழந்தை பிழைக்காது என்றுதான் நினைத்தேன். பிறகு அந்தச் சிறு ஜீவன் மட்டும் ஏன் அழிய வேண்டும் என எண்ணி அதற்கும் பால் கொடுத்தேன். என்னிடம் சுரந்த பால் மூன்று குழந்தைகளுக்கும் போதுமானதாக இருந்தது.

என் வயிற்றில் பிறந்த குழந்தை இரண்டாவது வருடமே இறந்து விட்டது. அதுதான் கடவுளுடைய திருவுள்ளம் போலும். பிறகு எனக்குக் குழந்தையே பிறக்கவில்லை. இந்தக் குழந்தைகள் என் சொந்தக் குழந்தைகளைப் போல் வளர்ந்தன. எனக்கு நிறைய வருமானம் வருகிறது. ஆயினும் எனக்கென்று ஒரு

குழந்தை இல்லையே என்ற குறை என்னை வாட்டுகிறது. தாய் தந்தை இல்லாமல் வாழ்ந்துவிட முடியும். கடவுள் இல்லாமல் வாழவே முடியாது!" என்று கூறி விட்டுக் கன்னத்தில் வழிந்த கண்ணீரைத் துடைத்துக் கொண்டாள்.

மேலும் சிறிது நேரம் பேசிக்கொண்டிருந்து விட்டுக் குழந்தைகளை அழைத்துக் கொண்டு அவள் புறப்பட்டாள். சைமனும் மாட்ரினாவும் வாசல்வரை சென்று அவளை வழி யனுப்பி விட்டு வந்தனர்.

அப்போது மைக்கேல் முழங்காலைக் கட்டிக் கொண்டு வானத்தையே வெறித்துப் பார்த்தபடியே புன்னகை தவழ உட்கார்ந்திருப்பதை அவர்கள் கண்டனர். அவனை அந்தக் கோலத்தில் பார்த்த சைமன், "என்ன மைக்கேல்?" என்றான். அவன் எழுந்து இருவருக்கும் தலையைத் தாழ்த்தி வணக்கம் செலுத்தினான். பிறகு "கடவுள் என்னை மன்னித்து விட்டார்!" என்று கூறினான்.

அந்த சமயத்தில் சைமனும் மாட்ரினாவும் மைக்கேலிடம் ஒரு ஒளி பரவுவதைக் கண்டார்கள். சைமன் அவனைக் குனிந்து வணங்கியபடி, "மைக்கேல்! நீ சாதாரணமானவன் அல்லன்; இனி, உன்னை இங்கே வைத்திருக்கவோ, கேள்வி கேட்கவோ மாட்டேன். கடைசியாக உன்னை ஒன்று மட்டும் கேட்கிறேன். உன்னை இந்த வீட்டுக்கு அழைத்து வரும்போது மிகவும் பலவீனமாக இருந்த நீ இவள் உனக்கு உணவு அளித்ததும் புன்னகை செய்தது ஏன்? அதற்குப் பிறகு உன் முகத்தில் ஒளி வீசியது எப்படி? இரண்டாவது முறை அந்தக் கனவான் வந்தபோது நீ புன்னகை செய்தாய். அப்போது உன் முகத்தில் மேலும் ஒளி வீசியது. மூன்றாவது முறை அந்தப் பெண்ணும் அவளது சிறு மகளும் வந்தபோது புன்னகை புரிந்தாய். இப்பொழுது உன் உடல் முழுவதும் ஜோதிமயமாகி விட்டது. இது ஏன்?" என்றான்.

"என் உடலில் ஒளி வீசுவதற்கான காரணம் தண்டனைக் குள்ளான என்னைக் கடவுள் மன்னித்து விட்டார் என்பதுதான்!" என்றான் மைக்கேல்.

"கடவுள் உன்னைத் தண்டித்தாரா?" என்று கேட்டான், சைமன்.

"கடவுளுக்கு அடங்கி நடக்க நான் மறுத்ததால் அவர் என்னைத் தண்டித்தார். சொர்க்கத்தில் நான் ஒரு தேவதையாக இருந்தபோது, கடவுளின் கட்டளைக்கு நான் உடன்படவில்லை. ஒரு பெண்ணின் உயிரைக் கொண்டு வருவதற்கு அப்போது நான் கடவுளால் அனுப்பப்பட்டேன். அதற்காக பூமிக்கு வந்த நான் அப்போதுதான் இரு குழந்தைகளைப் பெற்று விட்டு மரணப் படுக்கையில் கிடந்த அப் பெண்ணைப் பார்த்தேன். என்னைப் பார்த்ததுமே தன் உயிரைப் பறித்து வரக் கடவுளால் அனுப்பப் பட்டவன் நான் என்பதை அவள் தெரிந்து கொண்டு, "தேவதையே! இப்பொழுதுதான் என் கணவனைப் புதைத்தார்கள். எனக்கு உறவினர்களென்று யாரும் இல்லை. நானும் இந்த உலகத்தை விட்டுப் போய் விட்டால் என் இளம் குழந்தைகளை யார் வளர்ப்பார்கள்? என் உயிரைப் பறிக்க வேண்டாம்; என் குழந்தைகளுக்குப் பாலூட்ட எனக்கு அனுமதி தர வேண்டும்!" என்று அழுது மன்றாடினாள். குழந்தைகளைப் பால் குடிக்க அவளிடம் விட்டு விட்டுச் சொர்க்கத்துக்கு திரும்பி, "பச்சிளம் குழந்தைகளுடன் இருக்கும் தாயின் உயிரைப் பறித்து வர என் மனம் துணியவில்லை" எனக் கடவுளிடம் முறையிட்டேன். அதனால் கோபம் அடைந்த கடவுள் எனக்குச் சாபம் அளித்து, "போய் அந்தப் பெண்ணின் உயிரைக் கொண்டு வா. மேலும் கடவுளுடைய மூன்று வார்த்தைகளுக்கு விடை தெரிந்து கொண்ட பிறகே, நீ சொர்க்கத்துக்குத் திரும்பலாம்" என்றார்.

"அந்த மூன்று வாசகங்கள் யாவை?" என்று கேட்டான் சைமன்.

1. மனிதனிடம் குடி கொண்டிருப்பது எது?
2. மனிதனுக்குக் கொடுக்கப்படாதது எது?
3. மனிதன் எதனால் வாழ்கின்றான்?

இம் மூன்று கேள்விகளுக்கும் விடை காணவே நான் பூமிக்கு வந்தேன். கடவுளின் கட்டளைப்படி அந்தப் பெண்ணின் உயிரைப் பறித்தேன். அதற்குப் பிறகு சொர்க்கத்துக்கு என்னால் போக முடியவில்லை. என் இறக்கைகள் அப்போது மறைந்து விட்டிருந்தன. அதனால் செயலற்றுத் தரையில் வீழ்ந்து விட்டேன்."

தாங்கள் அதுவரை ஆதரவு அளித்து வந்த அந்த மனிதன் ஒரு தேவதை என்பது தெரிந்ததும் சைமனையும் மாட்ரினாவையும் மகிழ்ச்சியும் பயமும் சூழ்ந்து கொண்டன.

தேவதை தொடர்ந்து கூறியது:

"வயலில் நிர்வாணமாக வீழ்ந்து கிடந்தேன் நான். அந்த வினாடிக்கு முன்னம்வரை மனித உணர்வுகளான பசி, குளிர், இவைபற்றி எனக்குத் தெரியாது. நானும் மனிதனாகி விட்ட பிறகுதான் அவற்றை உணர்ந்தேன். ஆனால் என்ன செய்வது என்று எனக்குத் தெரியவில்லை. அருகே பிரார்த்தனை மண்டபம் ஒன்று இருப்பதைக் கண்டேன். புகலிடம் தேடி அங்கே வந்தேன். அது பூட்டப்பட்டிருந்ததால் அதனுள்ளே என்னால் போக முடியவில்லை. அதனால் வெளியே உட்கார்ந்திருந்தேன். மாலை நேரம் நெருங்கிக் கொண்டிருந்தது. பசியும் குளிரும் அதிகரித்தது. என் உடல் முழுவதும் வலியெடுத்தது. அச்சமயம் தனக்குத் தானே பேசியபடி ஒருவன் வந்து கொண்டிருப்பதைப் பார்த்தேன். முதல் தடவையாக நான் பார்த்த மனித முகம் அதுதான்.

"தன் மனைவி மக்களைப் பற்றியெல்லாம் அவன் பேசியதை யெல்லாம் கேட்டேன். அவன் அவ்வாறு பேசும்போது அவனிடம் உதவி கேட்பது தகாது என எண்ணினேன். அவன் முதலில் என்னைப் பார்த்து விட்டு முகத்தைச் சுழித்தபடியே சென்று விட்டான். சிறிது நேரத்தில் அங்கே திரும்பி வந்தான். முதலில் அவனை நான் பார்த்தபோது அவன் முகத்தில் மரணக் குறி தோன்றியது. மறுபடி அவன் திரும்பி வந்தபோது அவன் முகத்திலே ஜீவன் ததும்பியது. அதிலே நான் கடவுளைக் கண்டேன். அவன் எனக்குத் தன் சட்டையை அணிவித்து அவன் வீட்டுக்குக் கூட்டிக் கொண்டு போனான். வீட்டில் அவனை வரவேற்கக் காத்திருந்த அவன் மனைவி எங்கள் நிலையைப் பார்த்து வெகுண்டு அவனையும் என்னையும் தாறுமாறாகப் பேசினாள். அவள் மூச்சில் அப்போது பிணவாடை வீசியது. அதனால் நான் திக்குமுக்காடிப் போனேன். அவள் அந்தக் கணமே என்னை வெளியே விரட்டிவிட எண்ணினாள். அவ்வாறு செய்தால் அவள் இறந்து விடுவாள் என்பது எனக்குத் தெரியும். திடீரென அவள் கணவன் அவளுக்குக் கடவுளைப் பற்றி நினைவூட்டினான்.

அப்பொழுதே அவள் மாறி விட்டாள். எங்களுக்கு உணவு அளித்தபோது, அவள் முகத்தில் தோன்றிய அந்த மரணக் குறி மறைந்திருந்தது. அவள் முகத்தில் அப்போது தான் நான் கடவுளைக் கண்டேன். அந்தச் சமயத்தில் கடவுளுடைய முதல் வாசகம் என் நினைவுக்கு வந்தது.

"மனிதனிடம் குடி கொண்டிருப்பது எது?" என்பதற்கான விடை அப்போதே எனக்குக் கிடைத்து விட்டது. "மனிதனிடம் குடி கொண்டிருப்பது அன்பு" என்பதை நான் அப்போதுதான் தெரிந்து கொண்டேன். இதைத் தெரிந்து கொண்ட மகிழ்ச்சியில் முதல் தடவையாக நான் புன்னகை செய்தேன். இந்த உலகத்தில் மேலும் நான் தெரிந்து கொள்ள வேண்டிய விஷயங்கள் இன்னும் இரண்டு இருந்தன.

"ஓர் ஆண்டு உங்களுடன் வசித்திருந்த வேளையில் பூட்ஸ் தைப்பதற்குக் கனவான் ஒருவர் உங்கள் வீடு தேடி வந்தார். அவரை நான் பார்த்தபோது அவருக்குப் பின் என் தோழனான மரண தேவதை நின்று கொண்டிருப்பதைப் பார்த்தேன். சில மணி நேரத்தில் மரணம் அடையப் போகிற அவன் ஒரு வருடம் தாங்கும்படியான பூட்ஸ் ஒன்றைத் தனக்காகத் தைக்கச் சொல்கிறானே என்று எண்ணினேன்.

அப்போது கடவுளின் இரண்டாவது வாசகம் என் நினைவுக்கு வந்தது. 'மனிதனுக்குக் கொடுக்கப்படாதது எது?' 'வரப் போவதை அறியக்கூடிய அறிவுதான் அது!' என்று உணர்ந்தேன்.

அப்போது இரண்டு விடைகளை நான் தெரிந்து கொண்டு விட்டதால் ஏற்பட்ட மகிழ்ச்சியில் இரண்டாவது தடவையாகப் புன்னகை செய்தேன்.

"நான் மூன்றாவதாகத் தெரிந்து கொள்ள வேண்டியதில் ஒன்று மட்டும் பாக்கி இருந்தது. கடவுள் அதை எனக்குத் தெரியப் படுத்தும் காலம் வரும் வரை நான் இங்கே காலத்தைக் கழித்துக் கொண்டிருந்தேன்.

இங்கே நான் வந்து சேர்ந்த ஆறாவது வருடம் ஒரு பெண்ணும் இரு சிறுமிகளும் இங்கு வந்தனர். அந்தப் பெண்ணை நான் அடையாளம் கண்டு கொண்டேன். குழந்தைகளைப் பெற்ற

தாய் ஒருத்தி என்னிடம் அப்போது உயிருக்கு மன்றாடியபோது தாய் தந்தையற்ற அக்குழந்தைகள் எப்படி வளரும் என்று அந்தக் குழந்தைகளுக்காக நான் பெரிதும் இரக்கப்பட்டேன். ஆனால் இப்போது அவை உயிருடன்தானே உள்ளன என்று அவற்றை இங்கே பார்த்தபோது எண்ணினேன். மேலும் அந்தக் குழந்தை களுக்காக இரங்கி அதை வளர்த்து வந்தவள் கண்ணீர் சிந்திய தையும் என் கண்ணால் கண்டேன்.

'மனிதன் எதனால் வாழ்கிறான்?' என்ற கடவுளின் மூன்றாவது வாசகத்துக்கும் அப்போது எனக்கு விடை கிடைத்து விட்டது. கடவுள் அப்போதே என்னை முழுவதுமாக மன்னித்து விட்டார். அதனால் நான் மூன்றாம் முறையாகப் புன்னகை செய்தேன்.

'தன்னைப் பற்றியே கவலைப்பட்டுக் கொண்டிருப்பதால் மனிதன் வாழவில்லை; பிறரிடம் அன்பு செலுத்துவதன் மூலமே அவன் வாழ்கிறான்' என்ற மூன்றாவது விடையும் எனக்கு அப்போது தெரிந்து விட்டது. நான் மனிதனாக இருந்தபோது என்னை ஆதரித்தவர்கள் எனக்காக அதைச் செய்யவில்லை. அவர்களுடைய இதயத்தில் குடி கொண்டிருந்த அன்பு, இரக்கம், கருணை ஆகியவையே இதற்கெல்லாம் காரணம். மனித இனம் முழுவதிலும் குடி கொண்டுள்ள அன்பினாலேயே மனிதர்கள் வாழ்கிறார்கள். கடவுள்தான் மனிதர்களுக்கு வாழ்வு அளிப்பவர். இவை எல்லாவற்றையும் விடப் புதிதாக இன்னொன்றையும் நான் தெரிந்து கொண்டேன்."

"மனிதர்கள் ஒருவரையொருவர் விட்டு விலகியிருக்கக் கூடாது என்பதற்காகவே ஒவ்வொருவருக்கும் என்ன தேவை என்பதைக் கடவுள் அவர்களுக்கு உணர்த்தாமல் இருக்கிறார். அவர்கள் ஒற்றுமையுடன் வாழ வேண்டும் என்பதற்காகவே அதற்கு அவசியமானதை உணர்த்தியுள்ளார். அன்பினாலேதான் மனிதர் கள் வாழ்கிறார்கள் என்பதைத் தெரிந்து கொண்டேன். அன்பி னாலே திகழ்பவன் கடவுளிடம் வாழ்கின்றான். கடவுள் அவனி டம் இருப்பார். ஏனென்றால், கடவுள் அன்பே உருவானவர்."

திடீரெனத் தேவதையின் உடல் ஒளிமயமானதாயிற்று. அதனால் அவர்கள் இருவரின் கண்களும் கூசின. அந்தத் தேவதை அப்போது கடவுளைப் புகழ்ந்து தேவகானம் பாடியது. அக்குரலால் அந்தக் குடிசையே அதிர்ந்தது. பிறகு அவர்கள்

வீட்டுக் கூரை நடுவே பிளந்து கொண்டு தேவதைக்கு வழி விட்டது.

அப்போது வானத்துக்கும் பூமிக்கும் மத்தியில் ஒரு ஜோதி போன்ற மின்னல் தோன்றியது. சைமனும் அவன் மனைவி மாட்ரினாவும் தேவதையை விழுந்து வணங்கினார்கள்.

தேவதை சொர்க்கத்தை நோக்கிப் பறந்தது.

மீண்டும் சைமன் கண்களைத் திறந்தபோது குடிசை முன் போலவே இருந்தது. அவனுடைய மனைவி மக்களைத் தவிர வேறு யாருமே அங்கே இல்லை.

□ □ □

உலகப் புகழ்பெற்ற
டால்ஸ்டாய் நீதிக்கதைகள்

3 மது மயக்கம்

விவசாயினுடைய நிலத்தில் தானியத்தை நிறைய விளையும்படி ஏற்பாடு செய்தேன். அவ்வளவு தான் நான் செய்தது. அதற்குப் பிறகு அவன் இப்படிப்பட்டவனாக மாறிப்போனான்.

கொடிய விலங்குகளின் குணம் அவனுடைய இரத்தத்தில் ஏற்கனவே குடியிருந்தது. தன்னுடைய தேவைக்குப் போதுமான அளவுக்குப் பயிர் செய்தபோது அவனிடம் மறைந்திருந்த குணங்கள் வெளியே தெரிய வாய்ப்பில்லாமல் இருந்தது. பசி நேரத்தில் அவனிடத்தில் இருந்த ஒரே ஒரு ரொட்டி காணாமல் போனதற்குக் கூட அவன் வருந்தாமல் இருந்த காலமும் இருந்தது. ஆனால் ஒரு கட்டத்தில் தேவைக்குமேல் தானியம் சேர்ந்ததும் அவன் போக்கே மாறி விட்டது.

மது மயக்கம்

■ குடி குடியைக் கெடுக்கும்

ஓர் ஊரில் ஒரு விவசாயி இருந்தான். அவன் மிகவும் ஏழை. தன்னிடமிருந்த சிறிதளவு நிலத்தில் பயிரிட்டு அதில் கிடைப்பதைக் கொண்டு அவன் உயிர் வாழ்ந்தான். அன்றும் வழக்கம்போல் உழுவதற்காக அவன் வயலுக்குப் புறப்பட்டான். காலையிலிருந்து அவன் எதுவுமே சாப்பிடவில்லை. பகலில் சாப்பிடுவதற்காகத் தன்னிடம் இருந்த ஒரே ஒரு துண்டு ரொட்டியை மட்டும் கையில் எடுத்துக் கொண்டு வீட்டிலிருந்து கிளம்பினான் அவன்.

வயலை அடைந்ததும் அவன் தன் சட்டையைக் கழற்றினான். ரொட்டியை அதில் வைத்துச் சுருட்டி, அதை ஒரு மரத்தின் அடியில் வைத்து விட்டு உழத் தொடங்கினான்.

நேரம் சிறிது சிறிதாக நகர்ந்து கொண்டேயிருந்தது. பகல் நேரமும் வந்தது. அவனுக்கு இப்போது பசி வயிற்றைக் கிள்ளியது. அதனால் தன் குதிரையை அவிழ்த்து மேய விட்டு விட்டு மரத்தடிக்குச் சென்று சட்டையில் தான் சுருட்டி வைத்திருந்த ரொட்டியை எடுத்துச் சாப்பிடுவதற்காக அதைப் பிரித்தான். அவன் அங்கு வைத்துச் சென்ற ரொட்டியை இப்போது காணவில்லை. அங்குமிங்கும் தேடிப் பார்த்தான்; எங்கும் அது கிடைக்கவில்லை. 'இந்தப் பக்கம் யாருமே வரவில்லையே! அப்படியிருக்க ரொட்டியை யார் எடுத்திருக்க முடியும்?' என யோசித்துப் பார்த்த அவன் பெரிதும் வியப்படைந்தான்.

குட்டிப் பிசாசு ஒன்று அவனுடைய ரொட்டியை எடுத்துக் கொண்டு போய் ஒரு புதரில் ஒளிந்து கொண்டு அங்கே என்ன

நடக்கிறது என்று வேடிக்கை பார்த்துக் கொண்டிருந்தது. ரொட்டியைப் பறி கொடுத்த விவசாயி சபிப்பதைக் கேட்பதற்காகவே அது அவ்வாறு மறைந்திருந்தது.

மதிய உணவிற்காக தான் வைத்திருந்த ரொட்டியை இழந்த போதிலும் அந்த விவசாயி அதற்காக வருத்தம் அடைய வில்லை; அதற்காக யாரையும் அவன் சபிக்கவும் இல்லை. அந்த ரொட்டி காணாமல் போனதால் தான் ஒன்றும் பசியினால் செத்துப் போகப் போவதில்லை. பசியாக இருந்தவன் எவனோ ஒருவன்தான் அதை எடுத்திருக்கிறான். பாவம், அவன் அதைச் சாப்பிட்டு விட்டுப் போகட்டும். அதனால் அவனது பசியாவது தீரட்டும் என்று எண்ணமிட்டவனாகப் பக்கத்திலிருந்த கிணற்றுக்குச் சென்று வயிறு நிறைய தண்ணீரை மொண்டு குடித்து விட்டுச் சிறிது நேரம் ஓய்வு எடுத்துக்கொண்டான். பிறகு குதிரையைப் பூட்டி ஏதுமே நடக்காததுபோல் உழ ஆரம்பித்து விட்டான்.

இதையெல்லாம் பார்த்துக் கொண்டிருந்த குட்டிப் பிசாசுக்கு மிகவும் வருத்தமாக இருந்தது. ரொட்டியை இழந்த விவசாயியைக் கோபப்பட்டுப் பாவச் செயல் செய்யும்படி தூண்டத் தன்னால் இயலவில்லையே என எண்ணி ஏமாற்றமடைந்த அது பெரிய பிசாசிடம் சென்று விவரத்தைக் கூறியது. நடந்ததையெல்லாம் கேட்ட அதற்கும் ஒரே குழப்பம்.

"விவசாயி உன்னை வென்று விட்டான் என்றால் உன்னுடைய முட்டாள்தனத்தால்தான் அப்படி நடந்திருக்க வேண்டும். விவசாயிகள் எல்லாரிடமும் இத்தகைய நல்ல குணங்கள் வளர்ந்து கொண்டே வந்தால் அதன் பிறகு நம்மால் இந்த உலகத்தில் ஒரு விநாடிகூட நிம்மதியாக வாழ முடியாது. இதை இப்படியே அலட்சியமாக விட்டு விடக்கூடாது. திரும்பவும் அவனிடம் போய் ஏதாவது செய்து அவனை உன் வசப்படுத்து. உனக்கு அதற்காக மூன்று ஆண்டுகள் அவகாசம் தருகிறேன். அதற்குள் அவனை உன்னால் வசப்படுத்த முடியாவிட்டால் உனக்குக் கடுமையான தண்டனை அளிப்பேன் என்று கடிந்து கொண்டது பெரிய பிசாசு.

இதைக்கேட்ட குட்டிப் பிசாசு மிகவும் பயந்து போய் விட்டது. அது மீண்டும் பூமிக்கு வந்து சேர்ந்தது. அங்கிருந்தபடியே அடுத்து என்ன செய்வது என்று தீவிரமாக சிந்தித்தது. பிறகு ஒரு வழிப்போக்கனைப் போல் தன் உருவத்தை மாற்றிக்கொண்டு விவசாயியிடமே போய் அது வேலைக்கு அமர்ந்து விட்டது. அந்த

ஆண்டு விதைக்கும் பருவம் வந்தபோது சதுப்பு நிலத்தில் விதைக்குமாறு குட்டிப் பிசாசு விவசாயிக்கு ஆலோசனை கூறியது. விவசாயியும் அப்படியே செய்தான். அந்த ஆண்டு அந்த நாட்டில் மழையே பெய்யாத காரணத்தால் எல்லோருடைய பயிர்களும் கருகிச் சாவியாகி விட்டன. ஆனால் விவசாயி மட்டும் சதுப்பு நிலத்தில் பயிர் செய்திருந்ததால், அவனுடைய நிலத்திலிருந்த கதிர்கள் மட்டும் நன்றாக வளர்ந்து நல்ல பலனை அளித்தன.

அடுத்த ஆண்டு மேட்டுப்பகுதியில் பயிர் செய்யுமாறு விவசாயிக்கு யோசனை கூறியது குட்டிப் பிசாசு. விவசாயியும் அப்படியே செய்தான். அந்த ஆண்டு பெய்த பெருமழை காரணமாக, மற்றவர்களுடைய பயிர்கள் எல்லாம் வெள்ளத்தில் அடித்துச் செல்லப்பட்டன. ஆனால் இந்த விவசாயிக்கு மட்டும் அந்த ஆண்டு அமோகமான விளைச்சல் கிடைத்தது. அவன் மேட்டு நிலத்தில் பயிர் செய்திருந்ததுதான் அதற்குக் காரணம்.

இதனால் தானியம் ஏராளமாகச் சேர்ந்தது அந்த விவசாயி யிடம். அதையெல்லாம் என்ன செய்வது என்று அவனுக்குப் புரியவில்லை. உபரியாயிருக்கும் தானியத்திலிருந்து உயர் ரக மது தயாரிக்கலாம் என வழிப்போக்கன் உருவிலிருந்த குட்டிப் பிசாசு அவனுக்கு யோசனை கூறியது. விவசாயியும் அதன் பேச்சைக் கேட்டு சாராயம் காய்ச்சினான். அதை முதலில் தானே குடித்துப் பார்த்தான். பிறகு தன் நண்பர்களுக்கும் கொடுத்தான்.

இதையெல்லாம் பார்த்து சந்தோஷப்பட்ட விவசாயி பணக்கார விவசாயிகள் சிலரை மது அருந்துவதற்குத் தன் வீட்டிற்கு அழைத்திருந்தான். வந்தவர்களுக்கு எல்லாம் அவன் மனைவி மதுவைத் தாராளமாக வழங்கினாள். அப்பொழுது அவள் மேஜையில் இடித்துக் கொண்டதால் அவள் கையிலிருந்த கூஜாவிலிருந்த மது கொஞ்சம் கீழே சிந்தியது. அதற்காக விவசாயி தன் மனைவியைக் கண்டபடி திட்டினான். இப்போது அவன் எப்போதுமில்லாத அளவு கோபத்துடன் காணப்பட்டான். அதைப் பார்த்து சந்தோஷப்பட்ட குட்டிப் பிசாசு,

"எப்படி இருந்த விவசாயியை எப்படி மாற்றி விட்டேன், பார்த்தாயா?" என்று பெரிய பிசாசிடம் மகிழ்ச்சியுடன் கூறியது.

பிறகு, விவசாயி, விருந்தினர்களுக்குத் தானே மதுவை ஊற்றி ஊற்றிக் கொடுத்தான். அப்பொழுது ஏழை விவசாயி ஒருவன் தனக்கும் சிறிதளவு மது கிடைக்கும் என்ற ஆசையோடு அங்கு

வந்தான். ஆனால், அவனுக்கு ஒரு துளி மதுகூடக் கிடைக்கவில்லை. அங்கே அவனைக் கவனிப்பார் யாருமே இல்லை.

பெரிய பிசாசு விவசாயியின் நடவடிக்கைகளைக் கண்டு மிகவும் திருப்தியடைந்த மனதுடன் அந்த இடத்திலிருந்து புறப்பட்டது. அப்போது, "கொஞ்சம் பொறு, இன்னும் என்னென்ன வேடிக்கையெல்லாம் நடக்கிறது என்று பார்த்துவிட்டுப் போ" என்று அதைத் தடுத்து நிறுத்தியது குட்டிப்பிசாசு.

அந்த சமயம் பார்த்து மது அருந்தியவர்கள் வாய்க்கு வந்தபடி ஏதேதோ பேச முற்பட்டார்கள். பேசும்போதே அவர்களுக்கு வாய் குழறியது. தங்களுக்குள் அவர்கள் ஒருவரை ஒருவர் புகழ்ந்து கொண்டார்கள்.

"முதல் கோப்பையிலேயே அவர்களுக்கு நரிக்குணம் வந்து விட்டது என்றால் விரைவிலேயே அவர்கள் தங்களுக்குள் ஒருவரை ஒருவர் ஏமாற்றத் தொடங்கி விடுவார்கள். பிறகு நமக்கு இங்கே அதிக வேலை இருக்காது" என்று கூறியது பெரிய பிசாசு.

அடுத்து என்ன நடக்கப்போகிறது என்பதைக் கவனிக்கும்படி குட்டிப்பிசாசு அதனிடம் கூறியது. மேலும் அவர்களில் நரியைப்போல இருப்பவர்கள் இப்போது ஓநாயைப் போல உறுமப் போகிறார்கள். அதை வேடிக்கை பார் என்றது.

அங்கிருந்தவர்கள் மற்றொரு கோப்பை மதுவை அருந்தினார்கள். அந்த மது உள்ளே இறங்கத் தொடங்கியதும் அவர்கள் பேச்சு முன்னைக் காட்டிலும் மோசமாகவும் சத்தமாகவும் இருந்தது. அதுவரை ஒருவருக்கொருவர் புகழ்ந்து பேசிக்கொண்டிருந்த அவர்கள் இப்பொழுது ஒருவரை ஒருவர் திட்டிக் கொண்டார்கள். அவர்களில் சிலர் தங்களுடன் இருந்தவர்களை மிரட்டவும் முற்பட்டனர்.

பெரிய பிசாசு இதைப் பார்த்து விட்டு, சந்தோஷ மிகுதியால், 'அருமையான வேலை செய்துள்ளாய்!' என குட்டிப் பிசாசைப் புகழ்ந்து தள்ளியது. 'மூன்றாவது கோப்பை மதுவையும் குடித்த பிறகு பார், பன்றியைப் போல் இவர்கள் உறுமுவார்கள்' என்று கூறியது குட்டிப் பிசாசு.

அது சொல்லி முடிப்பதற்குள் மூன்றாவது கோப்பை மதுவை அவர்கள் எல்லோரும் குடித்தனர். இப்போது அவர்களுக்குப் போதை தலைக்கு ஏறிவிட்டது. தாறுமாறாக என்னென்னவோ உளறிக் கொண்டு, கூட்டம் கூட்டமாக வெளியேறினார்கள்.

அப்போது அவர்களில் சிலர் தெருவில் விழுந்து உருண்டனர். அவர்களை வழியனுப்ப வெளியே வந்த விவசாயி சாக்கடையில் போய் விழுந்தான். அதிலிருந்து எழுந்திருக்க இயலாமல் பன்றியைப்போல் உறுமிக் கொண்டு அவன் அங்கேயே கிடந்தான்.

இதையெல்லாம் பார்த்துக் கொண்டிருந்த பெரிய பிசாசுக்கு அளவற்ற மகிழ்ச்சி ஏற்பட்டது. "இந்த மதுவை எப்படித் தயாரித்தாய்? நரி, ஓநாய், பன்றி ஆகியவற்றின் இரத்தத்தைக் கலந்து தயாரித்தாயா?" என்று குட்டிப் பிசாசைப் பார்த்துக் கேட்டது அது.

"இரத்தம் எதையும் உபயோகிக்கவில்லை. விவசாயினுடைய நிலத்தில் தானியத்தை நிறைய விளையும்படி ஏற்பாடு செய்தேன். அவ்வளவுதான் நான் செய்தது. அதற்குப் பிறகுதான் அவன் இப்படிப்பட்டவனாக மாறிப்போனான்.

கொடிய விலங்குகளின் குணம் அவனுடைய இரத்தத்தில் ஏற்கனவே குடியிருந்தது. தன்னுடைய தேவைக்குப் போதுமான அளவுக்குப் பயிர் செய்தபோது அவனிடம் மறைந்திருந்த குணங்கள் வெளியே தெரிய வாய்ப்பில்லாமல் இருந்தது. பசி நேரத்தில் அவனிடத்தில் இருந்த ஒரே ஒரு ரொட்டி காணாமல் போனதற்குக்கூட அவன் வருந்தாமல் இருந்த காலமும் இருந்தது. ஆனால் ஒரு கட்டத்தில் தேவைக்குமேல் தானியம் சேர்ந்ததும் அவன் போக்கே மாறி விட்டது. அந்த சமயம் பார்த்து அவனுக்குக் குடிக்கக் கற்றுக் கொடுத்தேன். கடவுளின் அருள் பிரசாதமான தானியத்தை மதுவாக மாற்றியதுமே அவனிடம் நரி, ஓநாய், பன்றி ஆகியவற்றின் குணங்கள் உண்டாகத் தொடங்கி விட்டன. மதுவைக் குடிப்பவன் கனவானாக இருந்தாலும் அவன் ஒரு மிருகமாகவே மாறிவிடுவான் என்று கூறியது குட்டிப் பிசாசு. பெரிய பிசாசு அதைப் புகழ்ந்து பாராட்டியது.

4 பாதிரியாரின் பிரார்த்தனை

கடலில் திடீரென வெண்மை யாக ஒளி போன்ற ஒன்று பளிச் சென்று காணப்பட்டது. அது கப்பலையும் நெருங்கியது. அது ஒரு படகும் இல்லை. அதற்குப் பின் பாய் மரமும் தெரிய வில்லை. அது பறவையோ, மீனோ இன்னதென்று அவரால் இனம் காண முடியவில்லை. ஆனால் அது மனித உருவம் அல்ல. இவ்வளவு உயரமாக ஒரு மனிதன் இருக்க முடியுமா? அதுவும் அவன் இப்படிக் கடலில் நடந்து வரக்கூடுமா?

அந்த சமயத்தில் மாலுமியும் அதைப் பார்த்து விட்டான். "அதோ தெரிகிறதே, அது என்ன?" என்று அந்த மாலுமி கேட்டான் பாதிரியாரைப் பார்த்து.

பாதிரியாரின் பிரார்த்தனை

■ **ஒன்றே குலம்! ஒருவனே தேவன்!**

அமைதியாக இருந்த கடலில் அந்தக் கப்பல் நிதானமாகப் போய்க் கொண்டிருந்தது. அதில் ஒரு பாதிரியாரும் சில பிரயாணிகளும் இருந்தனர். கப்பலின் மேல் தளத்தில் இருந்தவர்கள் சிறுசிறு கூட்டங்களாகக் கூடி உணவருந்திக் கொண்டும் படுத்தபடியே அரட்டை அடித்துக் கொண்டும் இருந்தனர். பாதிரியார் இவர்கள் யாருடனும் சேராமல் தனியாக உலாவிக் கொண்டிருந்தார். அந்த சமயத்தில் ஒருவன் தொலைவிலிருந்த எதையோ சுட்டிக்காட்டித் தன்னைச் சுற்றியிருந்தவர்களிடம் ஏதோ சொல்லிக் கொண்டிருந்தான். பாதிரியாரும், அவன் காட்டிய திசையில் உற்றுப் பார்த்தார். சூரிய ஒளியால் பளபளக்கின்ற கடலைத் தவிர வேறு ஒன்றும் அங்கிருப்பதாக அவருக்குத் தெரியவில்லை. தானும் அந்தக் கூட்டத்தின் மத்தியில் போய் உட்கார்ந்து கொண்டு அவர்கள் பேசும் கதைகளைக் கேட்க விரும்பினார் பாதிரியார்.

ஆனால் அவர் வருவதைக் கண்டதும் கதை சொன்னவன் அதை நிறுத்தி விட்டான். நீ சொல்வதைக் கேட்கவே நான் இங்கே வந்திருக்கிறேன்; ஏன் நீ சொல்லிக் கொண்டிருந்ததைப் பாதியில் நிறுத்தி விட்டாய்? என்றார் பாதிரியார் அவனைப் பார்த்து.

“கண்ணுக்குத் தெரியும் தூரத்தில் அதோத் தெரியும், அந்தச் சிறிய தீவைப் பாருங்கள்! அங்கே கடவுளின் தொண்டர்கள் சிலரும் முதியவர்கள் சிலரும் இருக்கிறார்கள்” என்றான் அவன்.

அவன் கண்ணுக்குத் தெரிந்த அந்தத் தீவு ஏனோ பாதிரியாரின் கண்களுக்குத் தெரியவில்லை.

"தீவுதான் எனக்குத் தெரியவில்லை. அதைவிடு. அங்கே வாழும் முதியவர்களைப் பற்றியாவது என்னிடம் கூறு; அவர்கள் எப்படிப்பட்டவர்கள் என்பதைப் பற்றித் தெரிந்து கொள்ள நான் மிகவும் விரும்புகிறேன்" என்று மிகவும் ஆவலோடு கேட்டார் பாதிரியார்.

"அவர்களைப் பற்றி நான் வெகு காலத்திற்கு முன்பே கேள்விப்பட்டிருக்கிறேன். அவர்கள் புனிதமானவர்கள் என்பார்கள். ஆனால் அவர்களைக் காணும் பாக்கியம் எனக்குப் போன வருடம்தான் கிடைத்தது. ஒரு பயணத்தின்போது படகில் மீன் பிடித்துக் கொண்டு நான் திரும்பி வந்து கொண்டிருந்தபோது வழி தவறி அந்தத் தீவிற்குப் போய் விட்டேன். இங்கும் அங்கும் அலைந்து திரிந்து விட்டு கடைசியாக ஒரு மண் குடிசைக்குச் சென்றேன். அங்கே முதியவர் ஒருவர் உட்கார்ந்திருந்தார். அப்போது வேறு இருவர் அந்த மண் குடிசையின் உள்ளே இருந்து வந்து கொண்டிருந்தனர். அவர்கள் எனக்கு உணவும் உடையும் தந்து என் படகைச் செப்பனிட்டு உதவினார்கள்.

"அவர்களில் ஒருவர் கூனல் முதுகுள்ள சிறிய உருவ முடையவர்; அவர் காவி உடை அணிந்திருந்தார். மிகவும் வயதானவராகத் தெரிந்தார். அவருக்கு நூறு வயதுக்கும் அதிகமாக இருக்கும். அவருடைய நரைத்த தாடி வெண்மை நிறம் மாறிப் பசுமையாகிக் கொண்டிருந்தது. சிரித்த முகம் அவருக்கு. தேவதையைப் போல் அது ஒளி வீசிக் கொண்டிருந்தது. இரண்டாவது கிழவர் முதலாமானவரை விட உயரமானவர். அவரும் வயதானவர்தான். கிழிந்த கம்பளி உடை ஒன்றை அவர் அணிந்திருந்தார். அவருடைய நீளமான தாடி பாதி மஞ்சள் நிறமானதாகவும் பாதி சாம்பல் நிறத்திலும் இருந்தது. ஆனாலும் அவர் மிகவும் பலசாலியாக இருந்தார். நான் சொல்லாமலேயே என் படகை அவர் செப்பனிட்டுக் கொடுத்தார். மூன்றாவதாக இருந்த கிழவர் மிகப் பெரியவராகவும் உயரமானவராகவும் இருந்தார். முழங்கால் வரை அவரது தாடி நீண்டு வளர்ந்திருந்தது. அவரது முகம் அவரது கடின உள்ளத்தைக் காட்டியது. அவர் கோவணம் மட்டுமே

கார்த்தீபன் 55

அணிந்திருந்தார். அவர்கள் மூவரும் ஒருவருக்கொருவர் பேசிக் கொள்ளவேயில்லை. வேலை செய்வதிலேயே அவர்கள் கருத்தாக இருந்தார்கள். அடுத்து என்ன செய்ய வேண்டும் என்பதை ஒருவரை ஒருவர் பார்த்துக் கொள்வதன் மூலமும் பார்வை களைப் பரிமாறிக் கொள்வதன் மூலமும் உணர்த்திக் கொண்டு அதற்கேற்ப அவர்கள் நடந்து கொள்கிறார்கள். அவர்களிடம், 'இங்கே வெகு காலமாக வசிக்கிறீர்களா?' என்று கேட்டேன். அதற்கு அவர்களில் ஒருவர் ஏதோ முணுமுணுத்தார்; மற்றொரு வர் அவர் கையைப் பற்றிக் கொண்டு புன்னகை செய்தார்; சிறிது நேரத்திற்குப் பிறகு, ''மன்னிக்கவும்!'' என்று கூறிவிட்டுச் சிரித்தார்."

இப்போது கப்பல் தீவை நெருங்கிக் கொண்டிருந்தது.

தீவு இப்போது எல்லார் கண்களுக்கும் நன்றாகவே தெரிந்தது. பாதிரியாருக்கும் அது நன்றாகத் தெரிந்தது.

மாலுமியை நெருங்கி அந்தத் தீவின் பெயரைக் கேட்டார் பாதிரியார். "பெயர் எனக்குத் தெரியாது; இதைப்போல எவ்வ ளவோ தீவுகள் இங்கே இருக்கின்றன" என்றான் அவன் அசட்டை யாக.

"அங்கே முதியவர்கள் வாழ்வதாகக் கூறுகிறார்களே?" என்று திரும்பவும் கேட்டார் பாதிரியார்.

''அப்படித்தான் சொல்லுகிறார்கள்! அது உண்மையா, பொய்யா என்று எனக்குத் தெரியாது; மீனவர்களில் சிலர் அவர்களைப் பார்த்திருப்பதாகக் கூறக் கேட்டிருக்கிறேன். அது கட்டுக் கதையாகவும் இருக்கலாம்" என்றான் மாலுமி சலிப்புடன்.

''அந்தத் தீவுக்குச் சென்று அவர்களைக் காண நான் விரும்புகிறேன்; எனக்கு உன்னால் உதவ முடியுமா?'' என்று கேட்டார் பாதிரியார்.

"இந்தக் கப்பல் அங்கே போகாது! ஏதாவது ஒரு சிறு படகிலே ஏறித்தான் அங்கு செல்ல வேண்டும். அதற்குக் கப்பல் தலை வனின் அனுமதி வேண்டும்" என்றான் மாலுமி கடுப்புடன்.

பாதிரியார் விடுவதாயில்லை. கப்பல் தலைவனிடம் நேராய்ப் போய்த் தன் ஆசையைக் கூறினார்.

"நம்முடைய பிரயாணம் தடைப்படுவதைத் தவிர அதனால் எந்தப் பயனும் இருக்கப் போவதில்லை. அவர்கள் பேசும் பேச்சு நமக்குப் புரியாது; நம் மொழியும் பேச்சும் அவர்களுக்குத் தெரியாது!" என்றான் தலைவன்.

பாதிரியார் மீண்டும் மீண்டும் வற்புறுத்தியதால், மிகவும் வேண்டிக் கேட்டுக் கொண்டதால் தலைவன் கடைசியில் அவர் ஆசையை நிறைவேற்ற இணங்கினான்.

கப்பல் தீவை நோக்கிச் சென்றது! கப்பல் தலைவனிடமிருந்த தூரதிருஷ்டிக் கண்ணாடியின் மூலம் பாதிரியார் தீவைப் பார்த்தார். கரையில் அந்த மூன்று பெரியவர்களும் கைகோத்துக் கொண்டு நிற்பது தெரிந்தது.

"கப்பலை இங்கேயே நங்கூரம் பாய்ச்சி நிறுத்தி வைக்கிறேன். நீங்கள் வேண்டுமானால் படகில் சென்று வாருங்கள்" என்று கூறினான் தலைவன்.

கப்பல் நிறுத்தப்பட்டது. சிறு படகு ஒன்றை அதிலிருந்து இறக்கினார்கள். படகோட்டிகளில் சிலர் அதற்குள் குதித்தார்கள். பாதிரியாரும் படகிற்குள் இறங்கினார். படகும் தீவை நோக்கிச் சென்று கரையை அடைந்தது. பாதிரியார் அதிலிருந்து கரையேறி னார். இப்போதும் அந்த மூன்று பெரியவர்களும் அங்கேயே கைகோத்துக் கொண்டு நின்றிருந்தனர். பாதிரியாரைப் பார்த் ததும் அவர்கள் அவரை வணங்கினார்கள். அவரும் அவர்களை ஆசிர்வதித்தார்.

அவர்களைப் பார்த்து பாதிரியார், "இந்த ஆளரவமற்ற இடத்தில் இருந்து கொண்டு நீங்கள் மனித குலத்தின் பாவத்தை மன்னித்து அருளும்படி ஏசுவை நோக்கித் தவம் புரிவதாகக் கேள்விப்பட்டேன். நானும் கர்த்தரின் சேவகன்தான்! வேதத் தைப் போதித்து வாழ்விப்பது என்னுடைய புனிதமான கடமை. அதனால் கடவுளின் கருணையால் நான் இங்கே வந்திருக்கிறேன். உங்களைப் பார்க்க வேண்டும் என்பதும், முடிந்தால் உங்களுக் குப் போதனை செய்ய வேண்டும் என்பதும், ஆண்டவனின் கட்டளை!" என்றார் பாதிரியார்.

முதியவர்கள் இதற்குப் பதில் ஒன்றும் கூறாமல், ஒருவரை ஒருவர் பார்த்துப் புன்னகை செய்து கொண்டார்கள்.

"நீங்கள் ஆண்டவனை எவ்வாறு வழிபடுகிறீர்கள்?" என்று அவர்களைப் பார்த்துக் கேட்டார் பாதிரியார்.

அதற்கும் அவர்கள் புன்னகையையே பதிலாக அளித்தனர்.

கடைசியில் அவர்களில் பெரியவராகத் தென்பட்டவர் கூறினார்: "கர்த்தரின் சேவகரே! கடவுளை எப்படி வழிபடுவது என்பது பற்றியெல்லாம் எங்களுக்குத் தெரியாது; எங்களுக்கு நாங்களே சேவை செய்து கொள்வது எப்படி என்கிற ஒன்றைப் பற்றி மட்டும்தான் நாங்கள் அறிவோம்."

"சரி, அதை விடுங்கள். கடவுளை எப்படி வணங்குகிறீர்கள். அதைச் சொல்லுங்கள்?" என்றார் பாதிரியார்.

அதற்கு அந்த மூவரில் மூத்தவராகத் தெரிந்த பெரியவர் பதில் அளித்தார்: "மூன்று தேவர்களே! எங்கள் மூவரிடமும் கருணை காட்டுங்கள் என்று கூறி வணங்குவோம்."

அவர் இவ்வாறு கூறியதும், அம்மூவரும் வானை நோக்கி, ஒரே குரலில் மேற்கூறிய பிரார்த்தனையைக் கூறி வணங்கினார்கள்.

"தேவபிதா, தேவகுமாரன், பரிசுத்த ஆவி என்ற இந்த மூன்று தேவர்களைப் பற்றி நீங்கள் கேள்விப்பட்டிருக்கிறீர்கள் என்று தெரிகிறது. ஆனாலும் நீங்கள் பிரார்த்தனை செய்யும் முறை தவறு. உங்கள் அறியாமைக்காக நான் பரிதாபப்படுகிறேன். நீங்கள் கர்த்தருக்குத் திருப்தி அளிக்கும் முறையில் நடந்து கொள்ள விரும்புகிறீர்கள் என்று என்னால் புரிந்து கொள்ள முடிகிறது. ஆனால், அதற்கான சரியான வழிமுறை உங்களுக்குத் தெரியவில்லை. சரியாகப் பிரார்த்தனை செய்யும் முறையை உங்களுக்கு நான் சொல்லித் தருகிறேன். இது வேதத்தில் கூறப் பட்டுள்ள முறை. கடவுளே அவ்விதிகளைச் செய்திருக்கிறார்."

தேவ பிதா, தேவ குமாரன், பரிசுத்த ஆவி இவை பற்றிய தத்துவங்களைப் பாதிரியார் அவர்களுக்கு விளக்கினார்.

"மனிதர்களை ரட்சிக்க வேண்டி இந்த உலகில் அவதரித்த தேவகுமாரன் இப்படித்தான் கடவுளை வணங்க வேண்டும் என்று விதித்திருக்கிறான். சொல்லுகிறேன் கேளுங்கள்: 'பரமண்டலத்திலுள்ள எங்கள் பிதாவே...'" என்று தொடங்கினார் பாதிரியார்.

பெரியவர்கள் மூவரும் அவர் சொன்னதையெல்லாம் திருப்பிச் சொன்னார்கள். அவர்களில் நடுத்தர உயரமுள்ள பெரியவர் சொற்களைச் சரியாக உச்சரிக்க முடியாமல் ஒன்றோடொன்று

போட்டுக் குழப்பினார். உயரமானவருடைய தாடியும், மீசையும் தெளிவாக உச்சரிக்க இயலாமல் அவரைத் தடுத்தன. மூன்றாவது பெரியவருக்குப் பற்கள் இல்லாததால் உச்சரிப்பு சரியாக வரவில்லை. மறுபடியும் மறுபடியும் பாதிரியார் அவர்களுக்குச் சொல்லிக் கொடுத்துக் கொண்டேயிருந்தார். அவர்களும் திரும்பத் திரும்ப அதைச் சொன்னார்கள். மாலை நேரம் வரை இதே கதைதான். ஆனாலும் பாதிரியார் சலிக்கவில்லை. முதியவர்களும் அவர் சொன்னதையெல்லாம் கேட்டுக் கொண்டிருந்தார்கள். பிரார்த்தனை வாசகம் மனப்பாடம் ஆகும்வரை பாதிரியார் அவர்களுக்குச் சொல்லிக் கொடுத்துக் கொண்டேயிருந்தார்.

இரவு நேரம் நெருங்கிக் கொண்டிருந்ததால், கப்பலுக்குப் புறப்படப் பாதிரியார் எழுந்தார். அவர் அவர்களிடம் விடைபெறும்போது, முதியவர்கள் அவர் காலில் விழுந்து வணங்கினார்கள். பாதிரியார் கப்பலை அடையும் வரை, உரத்த குரலில் அவர்கள் செய்த பிரார்த்தனை கேட்டுக் கொண்டிருந்தது. சிறிது நேரத்தில் நிலவொளியில் அவர்களது உருவங்கள் மட்டும்தான் தெரிந்தன. சத்தம் அடங்கிப்போயிருந்தது.

இப்போது கப்பல் அங்கிருந்து நகரத் தொடங்கியது. ஆனாலும் தீவைப் பார்த்துக் கொண்டே பாதிரியார் உட்கார்ந்திருந்தார். தீவும் கொஞ்சம் கொஞ்சமாகப் பார்வையிலிருந்து மறைந்து கொண்டிருந்தது. இப்போது கப்பலில் இருந்த அனைவரும உறங்கி விட்டனர். பாதிரியார் மட்டும்தான் தூங்கவில்லை.

அந்த நேரத்தில் முதியவர்களின் ஆர்வத்தை எண்ணி எண்ணி வியந்து கொண்டிருந்தார் அவர். அந்த உத்தமர்களுக்குப் போதிக்கும் பாக்கியத்தைத் தமக்கு அருளிய கடவுளுக்கும் நன்றி கூறினார்.

அந்தச் சமயத்தில் கடலில் திடீரென வெண்மையாக ஒளி போன்ற ஒன்று பளிச்சென்று காணப்பட்டது. அது கப்பலையும் நெருங்கியது. அது ஒரு படகும் இல்லை. அதற்குப் பின் பாய் மரமும் தெரியவில்லை. அது பறவையோ, மீனோ இன்னதென்று அவரால் இனம் காண முடியவில்லை. ஆனால் அது மனித உருவம் அல்ல. இவ்வளவு உயரமாக ஒரு மனிதன் இருக்க முடியுமா? அதுவும் அவன் இப்படிக் கடலில் நடந்து வரக்கூடுமா? அவரது சிந்தனை பலவாறாக ஓடியது.

அந்த சமயத்தில் மாலுமியும் அதைப் பார்த்து விட்டான். "அதோ தெரிகிறதே, அது என்ன?" என்று அந்த மாலுமி கேட்டான் பாதிரியாரைப் பார்த்து. அதற்குள் பாதிரியாரே தெரிந்து கொண்டார் அந்த மூன்று முதியவர்களும்தான் விரைவாக அங்கே வந்து கொண்டிருந்தனர் என்பதை. அவர்களுடைய உடலும் வெண்ணிறத் தாடியும் நிலவொளியில் ஒளி வீசின. "கடவுளே! பூமியில் நடந்து வருவதைப் போல் அல்லவா இவர்கள் கடலில் நடந்து வருகின்றனர்!" என்று வியப்போடு உரக்கக் கூவியபடி கப்பலை அந்த இடத்திலேயே நிறுத்தி விட்டான் மாலுமி. பிரயாணிகள் எல்லோரும் அதற்குள் தளத்தில் கூடி விட்டனர். அவர்கள் வருவதை அவர்களும் கண்டார்கள். அவர்கள் இப்போது கப்பலில் வந்து ஏறி விட்டனர். பிறகு பாதிரியாரைப் பார்த்து, "கர்த்தரின் தொண்டரே! நீங்கள் சொல்லிக் கொடுத்தவற்றையெல்லாம் நாங்கள் மறந்து விட்டோம். தயை செய்து அதை மீண்டும் எங்களுக்குக் கற்றுக் கொடுங்கள்" என்று அவர்கள் அவரை வேண்டிக் கொண்டார்கள்.

அவர்கள் அப்படிச் சொன்னதும் மண்டியிட்டு அமர்ந்த பாதிரியார், "கடவுளின் புராதன உத்தமர்களே! உங்கள் பிரார்த்தனையும் கடவுளை எட்டும். நாங்கள்தான் பாவ ஆத்மாக்கள். நீங்கள்தான் எங்களுக்காகக் கடவுளை நோக்கிப் பிரார்த்தனை செய்ய வேண்டும். உங்களுக்குப் போதிக்க எனக்குத் தகுதி இல்லை!" என்றார்.

பிறகு பாதிரியார் அவர்களை வணங்கினார். அதற்குப் பிறகு தங்கள் தீவை நோக்கி அந்த முதியவர்கள் திரும்பினார்கள்.

பொழுது புலரும்வரை, அவர்கள் மறைந்த அந்த இடத்திலிருந்து ஒளி எட்டுத்திக்கும் பரவிக் கொண்டிருந்தது.

உலகப் புகழ்பெற்ற
டால்ஸ்டாய் நீதிக்கதைகள்

5. கடவுள் வந்தார்

விளக்கை மேஜை மீது வைத்து விட்டுப் புத்தகத்தை எடுத்துப் படிக்கத் தொடங்கினான். முதல் நாள் அவன் படித்து விட்டு அடையாளம் வைத்திருந்த பக்கத்துக்குப் பதில் வேறு ஒரு பக்கம் அந்த சமயத்தில் திறந்து கொண்டது. அதே சமயம், முதல் நாள் தான் கேட்ட குரல் அவனுக்கு நினைவுக்கு வந்தது. அந்த சமயத்தில் பின்புறம் யாரோ நடப்பது போல அரவம் கேட்டது. சுற்றும்முற்றும் திரும்பிப் பார்த்தான். இருண்டு கிடந்த ஓர் மூலையில் சில உருவங்கள் நிற்பது போலத் தெரிந்தது. ஆனால் அந்த உருவங்கள் யாரென்று தெளிவாகத் தெரிய வில்லை.

கடவுள் வந்தார்

■ **கடவுளின் எந்தச் செயலுக்கும் ஓர் அர்த்தமுண்டு**

ஒரு நகரத்தில் இருந்த அந்த வீட்டின் ஒரே ஒரு அறையில் ஒரு ஜன்னல் மட்டும்தான் இருந்தது. அந்தச் சிறு அறையில் மார்ட்டின் என்ற செருப்புத் தொழிலாளி வாழ்ந்து வந்தான். ஜன்னல் வழியாக வீதியில் போகிறவர் வருகிறவர்களுடைய கால்களை எல்லாம் தான் இருந்த இடத்திலிருந்தபடியே அவனால் பார்க்க முடியும். அவர்கள் கால்களில் அணிந்திருக்கும் பாதணிகளைக் கொண்டே அவர்கள் இன்னார்தான் என்று அவன் கூறிவிடுவான். வெகுகாலமாக அவன் அங்கே வசிப்பதால் அந்த சுற்று வட்டாரத்தில் உள்ளோர் எல்லோரையும் அவனுக்குத் தெரியும். அவனிடம் செருப்புத் தைத்துக் கொள்ளாதவர்களே அந்தப் பகுதியில் இல்லை எனலாம். அவனிடம் நல்ல வேலைத் திறமை இருந்தது. என்றாலும், செய்த வேலைக்கான கூலியை விடக் குறைவான கூலியை அவன் வாங்கிக் கொள்வதுதான் அவனிடம் வாடிக்கையாளர்கள் அதிகமாக வருவதற்குக் காரணமாக இருந்தது. சொன்ன நேரத்தில் வேலையைச் செய்து கொடுத்துவிடுவான். இயலவில்லை என்றால், அதையும் முன்னதாகவே சொல்லிவிடுவான். அதனால் நேர்மையானவன் என்று பெயர் பெற்றான். வயது ஏறஏறக் கடவுள் சிந்தனையானது அவனுக்கு அதிகரித்துக்கொண்டே வந்தது.

மார்ட்டினின் மனைவி வெகு நாட்களுக்கு முன்பே இறந்துவிட்டிருந்தாள். அவள் மூன்று வயதான குழந்தை ஒன்றை விட்டுவிட்டு இறந்திருந்தாள். அந்தக் குழந்தையைப் பக்கத்துக் கிராமத்திலிருந்த தன் சகோதரியிடம் கொண்டு போய் விடலாம் என அவன் எண்ணினான். பிறகு மனதை மாற்றிக்கொண்டு தானே அதை வளர்த்து வந்தான். குழந்தையின் வளர்ச்சி

அவனுக்கு மகிழ்ச்சியை அளித்தது. அதனால் கவலைகளை மறந்து அவன் காலத்தை ஓட்டிக் கொண்டிருந்தான். அதிக நாட்கள் அவன் அப்படி மகிழ்ச்சியுடனிருப்பதைக் கடவுள் விரும்ப வில்லை போலும். ஒரு வாரம் படுத்த படுக்கையாகக் கிடந்து அவன் குழந்தை திடீரென்று ஒரு நாள் இறந்து விட்டது. தனது அருமைக் குழந்தையை எடுத்துக் கொண்டு தன்னை மட்டும் உயிரோடு விட்டு வைத்திருக்கும் கடவுளிடம் அவன் பெரும் கோபம் கொண்டான். அவனுடைய துக்கம் இதனால் அடக்க முடியாததாயிற்று. கடவுளைக் குறை கூறும் அளவுக்கு அவனுடைய அந்த துக்கம் அதிகரித்தது. இப்போதெல்லாம் வழிபாட் டுக்குக்கூட அவன் வெளியே செல்வதில்லை. வாழ்க்கையே இருள் அடைந்தது போல் ஆகிப்போனது அவனுக்கு.

அந்த சமயத்தில், எட்டு ஆண்டுகளாக, யாத்திரையாகப் புனித ஆலயங்களுக்குச் சென்று தரிசித்து வரும் வழக்கத்தைக் கொண்டி ருந்த ஒருவர் மார்ட்டின் வீட்டுக்கு வந்திருந்தார். அவருடன் பேசிக் கொண்டிருந்த சமயத்தில், தனக்கு நேர்ந்த துக்கத்தைப் பற்றி மார்ட்டின் அவரிடம் கூறி, "இனி மேல் நான் கடவுளுக்குப் பயந்து நடக்கப்போவதில்லை. மரணத்தையே நான் விரும்பு கிறேன்; கடவுளிடம் நான் வேண்டுவது அது ஒன்றே!" என்றான்.

"தோழனே! கடவுளின் செய்கையைப் பற்றித் தீர்ப்புக் கூறுவது நம்முடைய வேலை அல்ல; நீ அப்படியெல்லாம் பேசக்கூடாது. கடவுளுடைய விருப்பம்போல் தான் எதுவும் நடக்கும். உன் குழந்தை இறந்தும் நீ உயிரோடு இருக்க வேண்டும் என்பது கடவுளுடைய விருப்பம் போலும்! இதற்காக நீ வருந்தினால் உன் சொந்த சுகத்துக்காகவே நீ வாழ்கிறாய் என்று அர்த்தமாகி விடும்" என்றார் வந்தவர்.

"நான் எதற்காக உயிர் வாழ வேண்டும்?" என்று கேட்டான் அவன்.

"கடவுளுக்காக மட்டுமே நீ உயிர் வாழ வேண்டும். அவரே உனக்கு இந்த உயிரை அளித்தவர்; அதனால் அவருக்காகவே நீ இந்த உலகில் வாழ வேண்டும்; அப்படி நீ வாழ ஆரம்பித்தாயானால் உன் துக்கம் மறைந்து விடும். அதற்குப்பிறகு சோதனைகளையும் வேதனைகளையும் தாங்குவது உனக்கு எளிதான காரியமாக இருக்கும்" என்றார் அவர்.

"கடவுளுக்காக நான் எப்படி இந்த உலகத்தில் வாழ முடியும்?" என்றான் அவன்.

"உனக்குப் படிக்கத் தெரிந்திருந்தால் சுவிசேஷப் புத்தகத்தை விடாது நீ படி. கிறிஸ்துவே நம்மைப் போன்றவர்களுக்கு அதில் வழி காட்டியிருக்கிறார்; எல்லாவற்றைப் பற்றியும் அதில் கூறப் பட்டிருக்கிறது" என்றார்.

அவன் சுவிசேஷப் புத்தகம் ஒன்றை வாங்கி வந்து படிக்கத் தொடங்கினான். ஆரம்பத்தில் பண்டிகை நாட்களில் மட்டுமே அவன் அதைப் படித்தான். அதைப் படிக்கப் படிக்க அது அவன் உள்ளத்துக்குப் பெரும் ஆறுதலை அளித்ததால் தினந்தோறும் அதைப் படிப்பதை வழக்கமாக்கிக் கொண்டான். இப்போது கடவுள் தன்னிடம் எதை எதிர்பார்க்கிறார் என்பதை அவனால் உணர்ந்து கொள்ள முடிந்தது. அதனால் அவனது இதயத்திலிருந்த சுமை சிறிது சிறிதாகக் குறைந்தது. முன்பெல்லாம் படுக்கப் போகுமுன் இறந்து போன தன் குழந்தையை நினைத்துப் பெருமூச்சு விடுவது அவன் வழக்கம். இப்பொழுதெல்லாம், 'கடவுளே! எல்லாம் உன் கருணை. எதுவும் உன் விருப்பப்படிதான் இங்கே நடை பெறுகிறது' என்று கூற ஆரம்பித்திருந்தான்.

விழா நாட்களில் மற்றவர்களைப்போல் அவனும் கேளிக்கை யில் ஈடுபடுவதும் குடிப்பதும் நடக்கும். இப்பொழுது அவன் அவற்றையெல்லாம் விட்டு விட்டான். அவனுடைய வாழ்க்கை முறையே அடியோடு மாறிப்போய் விட்டிருந்தது. இப்போ தைய அவனது வாழ்வு அமைதியும் மகிழ்ச்சியும் நிரம்பியதாக இருந்தது. காலையிலிருந்து மாலைவரை வேலை செய்வான்; அதன் பின் விளக்கின் அருகில் உட்கார்ந்து கொண்டு படிப்பான். படிக்கப் படிக்க அவன் இன்னும் அதிகமாகக் கடவுளைப் பற்றிப் புரிந்து கொண்டான். அவன் மனம் இப்போது தெளிவும் மகிழ்வும் நிறைந்ததாக இருந்தது.

"உன்னுடைய ஒரு கன்னத்தில் அடிக்கிறவனுக்கு உனது மற்றொரு கன்னத்தையும் காட்டு. உன் சட்டையை அபகரித்துக் கொள்பவனுக்கு உனது மற்றொரு சட்டையைக் கொடு. கேட்பவனுக்கெல்லாம் கொடு; உனது பொருளை எடுத்துக் கொள்பவனிடம் அதைத் திருப்பித் தரச் சொல்லிக் கேட்காதே. உனக்காகப் பிறர் என்ன செய்ய வேண்டும் என்று எண்ணுகிறாயோ அதேபோல் நீயும் பிறரிடம் நடந்து கொள்." இது லூக்காவின் சுவிசேஷத்தில் ஆறாவது அத்தியாயத்தில் உள்ளது. இந்தப் பகுதியை அன்று வெகு நேரம் வரை மார்ட்டின் வாசித்துக் கொண்டிருந்தான்.

கடவுளின் வாக்கான மற்றொரு வாசகத்தையும் அடுத்தாற் போல் அவன் திரும்பத் திரும்ப வாசித்தான்.

"நான் சொன்னபடி செய்யாமல் ஏன் என்னைக் 'கடவுளே! கடவுளே!'" என்று நீங்களெல்லாரும் கூப்பிடுகிறீர்கள்? என்னைத் தேடி வந்து என் சொல்லைக் கேட்டு அதன்படி செய்கிறவன் எத்த கையவன் என்று சொல்லுகிறேன். ஆழமாகத் தோண்டிப் பாறை மீது கடைக்கால் போட்டு வீடு கட்டுகிறவனைப் போன்றவன் அவன். வெள்ளத்தாலோ புயலாலோ அந்த வீட்டை நெருங்க இயலாது. ஏனென்றால் அதன் அஸ்திவாரம் பாறை மீது அமர்ந்தி ருக்கிறது. நான் கூறுவதைக் கேட்டு நடக்காதவன் கடைக்கால் இல்லாமல் மணல் மீது வீடு கட்டியவனைப் போன்றவன். காற்று, மழையினால் அந்தக் கட்டடம் விழுந்து விடும்.

இவற்றைப் படித்ததும் மார்ட்டினின் உள்ளத்தில் உற்சாகம் பொங்கியது. தன் கண்ணாடியைக் கழற்றி மேஜை மீது வைத்து விட்டு கையை ஊன்றித் தலையைத் தாங்கிக் கொண்டு அவன் மிகுந்த சிந்தனையில் ஆழ்ந்தான். இப்போது அவன் தனது வாழ்வையே ஆராய்ந்து பார்த்துக் கொள்ளத் தொடங்கி யிருந்தான்.

"என் வீடு பாறையின் மீது அமைந்ததா? அல்லது மணல் மீது கட்டப்பட்டதா? அது ஒரு பாறை மீது அமைந்திருந்தால் நல்லதே. நான் தனியாக இருப்பதால் எல்லாமே எனக்கு மிகவும் எளிதாகத் தோன்றுகிறது. கடவுள் எனக்கு இட்ட கட்டளை களை முழுவதுமாக நான் நிறைவேற்றி விட்டதாக நான் எண்ணி விடலாம்; இதனால் என் மனதில் அலட்சியம் உண்டாகி மீண்டும் நான் பாவம் செய்யலாம் அல்லவா? அதற்கு நான் இடங்கொடுக் கக்கூடாது என் கடமையைச் செய்ய இடைவிடாமல் நான் பாடு படுவேன். அதுவே எனக்கு ஆனந்தம் தருவது. ஆண்டவன் அதற்குத் துணை புரிவாராக!"

இவ்வாறு பலவாறாக எண்ணிக் கொண்டிருந்ததால் அவனுக் குத் தூக்கம் வரவில்லை.

ஏழாவது அத்தியாயத்தில் உள்ள நாற்பத்து நான்காவது வாக்கியம் அவனை மிகவும் கவர்ந்தது.

'அந்தப் பெண்ணை பார்த்துச் சைமனிடம் கூறினார். இந்தப் பெண்ணை நீ பார்த்தாயா? உன் வீட்டுக்கு நான் வந்திருந்த போது நீ எனக்குக் கால் கழுவத் தண்ணீர் கொடுக்கவில்லை.

ஆனால், இவள் தன் கண்ணீரால் என் பாதங்களைக் கழுவி அவள் கூந்தலால் அதிலிருந்த ஈரத்தைத் துடைத்து விட்டாள். இங்கு வந்தது முதல் இவள் என் பாதங்களை முத்தமிடுவதை நிறுத்த வில்லை. நீ என் தலைக்குத் தடவிக் கொள்ள எண்ணெய்யைக் கூட அளிக்கவில்லை. இவளோ என் பாதங்களுக்கு எண்ணெய் யால் அபிஷேகம் செய்தாள்."

இதைப் படித்து விட்டு அவன் மேலும் சிந்தனையில் ஆழ்ந்தான்.

"நானும் அவனைப் போலவே அல்லவா இருக்கிறேன்; எப்போதும் தேநீர் குடிப்பதும் என் தேவைகளைப் பற்றி மட்டும் நினைத்துக் கொண்டிருப்பதுமாகவே நான் இருக்கிறேன். உணவும் உடையும் மற்ற வசதிகளும் எனக்கு அதிகமாக வேண்டும் என்பதைப் பற்றியே அதிகமாக எப்போதும் நினைத்துக் கொண்டு இருக்கிறேன். பிறருக்குக் கொடுப்பது பற்றி நான் நினைத்துக் கூடப் பார்ப்பதில்லை. சைமன் கூடத் தன்னிடம் வந்த விருந்தினனைக் கவனியாமல் தன்னைப் பற்றிய சிந்தனையிலேயேதான் இருந்தான். கடவுளே விருந்தினராக வந்திருந்தும் அவன் அதைப்பற்றிக் கவலைப்படவில்லை. என்னைத் தேடிக் கொண்டு அவர் வந்தால் நான் அவரை எப்படி வரவேற்பேனோ."

அவன் இவ்வாறு பலவிதச் சிந்தனைகளில் மூழ்கியிருந்தவன்-அப்படியே தூங்கி விட்டான்.

அப்போது யாரோ மெல்லிய குரலில், 'மார்ட்டின்!' எனக் கூப்பிடுவதுபோல் இருந்தது.

தூக்கத்திலிருந்து விழித்துப் பார்த்த அவன், 'யார் அது?' என்று கேட்டான். பிறகு சுற்றுமுற்றும் பார்த்தான். யாரையுமே காணோம். மீண்டும் தலையைக் கீழேச் சாய்க்கப் போகும் பொழுது மீண்டும் அவ்வார்த்தைகள் கேட்டன.

"மார்ட்டின்! நாளை வீதியைக் கவனித்துக் கொண்டிரு; நாளை நான் உன் வீட்டுக்கு வரப்போகிறேன்!" என்றது அந்தக் குரல்.

தான் அப்படிக் கேட்டது கனவிலா அல்லது நனவிலா என்பது அவனுக்குப் புரியவில்லை. விளக்கை அணைத்து விட்டுத் திரும்பிப் படுத்தான்.

அன்று அதிகாலையில் எழுந்து மார்ட்டின் வழக்கம்போல் பிரார்த்தனைகளைச் செய்தான். அடுப்பை மூட்டிக் கஞ்சியும் கீரைக் குழம்பும் சமைத்தான். பிறகு ஜன்னல் அருகில் உட்கார்ந்து வேலை செய்யத் தொடங்கினான். ஆனாலும் அவன் எண்ணம் முழுவதும் முதல் நாள் இரவில் நிகழ்ந்தவற்றைச் சுற்றியே வட்டமிட்டுக் கொண்டிருந்தது. இரவு தான் கேட்ட குரல் பிரமையா அல்லது உண்மையா என அவன் குழம்பினான்.

வெளியே பார்த்துக் கொண்டே வேலை செய்தான். அடிக்கடி வெளியே பார்த்தான். தெருவில் போவோர் பாதம் ஏதாவது தெரிந்தால் உடனே குனிந்து அவர்களுடைய முகத்தை நோக்குவான். பலர் அந்த வழியே சென்றார்கள். ராணுவத்திலிருந்து ஓய்வுபெற்ற வயதான சிப்பாய் ஸ்டேபானிச் என்பவன் ஜன்னல் அருகிலே வந்து நின்றான். இரக்கப்பட்டு அவனை ஒரு வியாபாரி தன்னிடம் வேலைக்கு வைத்துக் கொண்டிருந்தான். அவன் ஜன்னலிலிருந்த பனியை அப்போது துடைத்துக் கொண்டி ருந்தான். மார்ட்டின் அதைப் பார்த்து விட்டு தன் வேலையைக் கவனிக்க ஆரம்பித்தான்.

'யார் நம் வீட்டை நோக்கி வந்தாலும் கிறிஸ்து பெருமான் வந்து விட்டது போலவே எனக்கு நினைப்பு வருகிறது. வயதாகி விட்டதால் வரவர நான் முட்டாள் போல ஆகிக் கொண்டே வருகிறேன்' எனத் தனக்குள்ளேயே அவன் கூறிக் கொண்டான்.

சிறிது நேரம் கழித்து மீண்டும் அவன் வெளியே பார்த்தபோது ஸ்டேபானிச் குளிரிலிருந்து தன்னைப் பாதுகாத்துக் கொள்ள முயன்று கொண்டிருப்பது தெரிந்தது. அவனுக்கு ரொம்பவும் வயதாகி விட்டது. பாவம். அவனுக்குச் சிறிதளவு தேநீர் கொடுக்கலாமே என எண்ணி ஜன்னலைத் தட்டினான். அந்த சப்தம் கேட்டு அவன் திரும்பிப் பார்த்தான். தன் வீட்டினுள்ளே வருமாறு அவனை அழைத்தான் மார்ட்டின்.

பனியை உதறி விட்டு அவன் உள்ளே வந்தான். தேநீர் தயாரித்து அதை இரண்டு குவளைகளில் ஊற்றி ஒன்றை அவனிடம் கொடுத்தான். அவன் அதைக் குடித்து விட்டுக் கீழே வைத்தான். 'இன்னும் கொஞ்சம் குடி' என்று கூறி மறுபடியும் ஒரு குவளையில் தேநீரை ஊற்றிக் கொடுத்தான். இந்த வேளையிலும் அடிக்கடி அவன் கண்கள் வெளியே வட்டமிட்டபடியேதான் இருந்தன.

“நீ யாரை எதிர்பார்த்துக் காத்துக் கொண்டிருக்கிறாய்?” என்று கேட்டான் ஸ்டேபானிச்.

“உன்னிடம் உண்மையைச் சொல்வதற்கென்ன? சில சொற்கள் என் காதில் ஒலித்துக் கொண்டேயிருக்கின்றன. அவை கனவா நனவா என்பது எனக்குப் புரியவில்லை. கிறிஸ்து பெருமான் இவ்வுலகில் பட்ட கஷ்டங்களைப் பற்றி நேற்றுப் படித்துக் கொண்டிருந்தேன். நீ கூட அவர் பட்ட கஷ்டங்களைப் பற்றித் தெரிந்து கொண்டிருப்பாயே” என்றான் மார்ட்டின்.

“எனக்குப் படிக்கத் தெரியாது; ஆனால் நான் அதைப்பற்றிக் கேள்விப்பட்டிருக்கிறேன்” என்றான் அவன்.

“நேற்று இரவு சுவிசேஷத்தை நான் படித்துக் கொண்டிருந்த போது, பாரிஸி என்ற யூதன் கிறிஸ்து பெருமானுக்குத் தகுந்த மரியாதை செய்யாததைப் பற்றித் தெரிந்து கொண்டேன். ஒருவேளை என் வீட்டுக்கு அவர் வந்தால் நான் எப்படி அவரிடம் நடந்து கொள்வேன் என்று யோசித்தபடியே தூங்கி விட்டேன். அப்போது என் பெயரைச் சொல்லி யாரோ கூப்பிட்டார்கள். ‘நாளை உன் வீட்டுக்கு வரப்போகிறேன். என்னை எதிர்பார்த்துக் கொண்டிரு,’ என்று கூறியது அந்தக் குரல். அதிலிருந்து ஒவ்வொரு விநாடியும் அவரையே எதிர்பார்த்துக் கொண்டிருக்கிறேன்” என்றான் மார்ட்டின்.

அதைப்பற்றி எதுவுமே சொல்லாமல் ஸ்டேபானிச் தலையை மட்டும் ஆட்டினான். பிறகு தேநீரைக் குடித்தான். மறுபடியும் சிறிதளவு தேனீரை அவனது குவளையில் ஊற்றினான் மார்ட்டின்.

“ஏசு பெருமான் இவ்வுலகில் நடமாடியபோது தாழ்ந்தவர்களை அவர் ஒருபோதும் இழிவுபடுத்தியதில்லை. பாமர மக்களிடையேதான் அவர் வாழ்ந்தார்; உறவு கொண்டார்; அவர்களிடையே இருந்துதான் தன் சீடர்களைத் தேர்ந்தெடுத்தார். “தன்னை எவன் உயர்வாக நினைக்கிறானோ அவன் தாழ்ந்தவனாவான்; தன்னைப் பற்றித் தாழ்மையாக எவன் நினைக்கிறானோ அவன்தான் உயர்ந்தவனாவான். நீங்கள் என்னை ஆண்டவர் என்று அழைக்கிறீர்கள்! நான் உங்கள் பாதங்களைக் கழுவுகிறேன். உங்களில் முதன்மையாக இருக்க விரும்புகிறவன் எல்லோருக்கும் தொண்டனாக இருக்கட்டும். ஏனென்றால் தாழ்ந்தவர்களும் இரக்கம் உள்ளவர்களும்

தயாளமானவர்களும்தான் கடவுளின் அருளைப் பெற்றவர்கள் என்று அவரே கூறியுள்ளார்" என்று கூறி விட்டு,

"இதையும் குடி, உனக்கு நல்லது!" என்றான். ஸ்டேபானிச் தேநீரைப் பற்றியே மறந்து விட்டான். அவன் கண்களிலிருந்து இப்போது நீர் வழிந்தோடிக் கொண்டிருந்தது. மார்ட்டின் கூறியவற்றைக் கூர்ந்து கேட்டுக் கொண்டிருந்தான் அவன். பிறகு சிறிது நேரத்தில், "மார்ட்டின்! என் வயிற்றுப் பசியை மட்டும் அல்லாமல் மனப் பசியையும் நீ போக்கி விட்டாய். மிக்க நன்றி!" என்று கூறி விட்டு அங்கிருந்து விடை பெற்றான்.

"அடிக்கடி இங்கே வந்து போய்க் கொண்டிரு" என்றான் மார்ட்டின் அவனிடம்.

பிறகு, குவளையில் மீதியிருந்த தேநீரைக் குடித்து விட்டுத் தன் வேலையில் ஈடுபட்டான். ஆனால், மறுபடியும் மறுபடியும் அவன் கண்கள் வெளியே நோக்கிக் கொண்டிருந்தன. கர்த்தரின் வாசகங்களிலேயே அவன் உள்ளம் லயித்திருந்தது.

இப்போது அடுத்த வீட்டுக்காரர் வீதியில் நடந்து சென்றார்; அவரைத் தொடர்ந்து இரண்டு போர் வீரர்கள் சென்றனர். சிறிது நேரத்தில், கந்தல் உடையுடன் ஏழைப் பெண் ஒருத்தி கையில் குழந்தையுடன் அந்த ஜன்னல் அருகே வந்து நின்றாள். அவளது ஏழ்மை நிலை அவளது தோற்றத்திலிருந்தே அவனுக்கு நன்றாகத் தெரிந்தது. குளிர் காற்றிலிருந்து குழந்தையைப் பாதுகாக்க அவள் போராடிக் கொண்டிருந்தாள். குழந்தை விடாமல் அழுது கொண்டிருந்தது. அவள் அதைத் தட்டிக் கொடுத்துக் கொண்டிருந்தாள்.

அதைப் பார்த்து இரக்கப்பட்ட மார்ட்டின் கதவு அருகே வந்து, "அம்மா! குளிரில் ஏன் அங்கேயே நிற்கிறாய்? உள்ளே வா; குளிர் காய்ந்து விட்டுப் போகலாம்" என்று அழைத்தான். இவ்வளவு அன்போடு அவன் அழைப்பது, அவளுக்கு வியப்பாக இருந்தது. உள்ளே வந்தாள் அவள். நாற்காலியில் குளிருக்கு அடக்கமாக அவளை உட்காரச் சொல்லி, குழந்தைக்குப் பால் கொடுக்கச் சொன்னான், மார்ட்டின். "காலையிலிருந்து நான் எதுவும் சாப்பிடவேயில்லை; என்னிடம் பாலே இல்லை" என்றாள் அவள். சில ரொட்டித் துண்டுகள், கஞ்சி, கீரைக் குழம்பு ஆகியவற்றைக் கொண்டு வந்து அவளிடம் கொடுத்துச் சாப்பிடச் சொன்னான். நான் குழந்தையைப் பார்த்துக் கொள்கிறேன்; நீ சாப்பிடு என்று கூறிக் குழந்தையை அவளிடமிருந்து வாங்கிக் கொண்டான். அவனை வணங்கி விட்டு அவள் சாப்பிட

ஆரம்பித்தாள். அவள் சாப்பிடும் வரை குழந்தைக்கு விளையாட்டுக் காண்பித்து, அது அழாமல் பார்த்துக் கொண்டான் அவன்.

"என் கணவர் ஒரு போர் வீரர்; அவரை எட்டு மாதங்களுக்கு முன், வெகுதூரத்துக்கு அப்பால் அங்கே எதற்கோ அனுப்பி வைத்தார்கள். அதற்குப் பிறகு இதுநாள் வரை அவரைப் பற்றி ஒரு தகவலும் தெரியவில்லை. நான் சமையல் வேலை செய்து பிழைத்து வந்தேன். குழந்தை பிறந்ததும் வேலைக்கு வேண்டாம் என்று என்னைப் போகச் சொல்லி விட்டார்கள். மூன்று மாதங்களாக வேலை இல்லாமல் இருந்த காரணத்தால் கையில் இருந்ததையெல்லாம் செலவு செய்து விட்டேன். கடவுளின் கருணையால் வீட்டுக்காரி வாடகை இல்லாமலேயே என்னை அந்த வீட்டில் இருக்கச் சொல்லியிருக்கிறாள்" என்று தானாகவே தன் வாழ்க்கையின் சோகங்களை அவள் கூறிக்கொண்டிருந்தாள்.

"உன்னிடம் குளிருக்கான உடை எதுவுமே இல்லையா?" என்று கேட்டான் அவன். "என்னிடம் இருந்த ஒரே ஒரு போர்வையையும் நேற்றுத்தான் அடகு வைத்தேன்" என்றாள் அவள் பரிதாபமாக.

குழந்தையை மார்ட்டின் அவளிடம் கொடுத்து விட்டு, ஒரு கம்பளிச் சட்டையைத் தேடி எடுத்து வந்து, அவளிடம் கொடுத்து, "இதை வைத்துக் கொள். பழசானாலும் இப்போ தைக்குக் குளிருக்கு இது மிகவும் பயன்படும்" என்றான்.

அந்தச் சட்டையையும் கிழவனையும் மாறி மாறி அவள் பார்த்தாள். பிறகு அந்தச் சட்டையைப் பெற்றுக் கொண்டாள். சட்டையைப் பெற்றுக் கொண்டதும் அவள் கண்களில் நீர் தளும்பியது.

"தாத்தா, அந்தக் கடவுள்தான் உங்கள் வீட்டுக்கு என்னை அனுப்பி வைத்திருக்க வேண்டும். இல்லாவிடில் இந்நேரம் என் குழந்தை குளிரில் விறைத்து மாண்டு போயிருக்கும். வீட்டிலிருந்து நான் புறப்படும்போது சூழ்நிலை வெதுவெதுப்பாக இருந்தது. ஆனால் இப்போதோ பனி அதிகமாகி விட்டது. இந்நிலையில் உங்களுக்கு என்னிடம் இரக்கம் உண்டாகும்படி கர்த்தர்தான் செய்திருக்க வேண்டும். எனக்கு உங்களுக்கு எவ்வாறு நன்றி கூறுவது என்றே தெரியவில்லை" என்றாள்.

"என்னை அந்த இடத்தில் இருக்கச் செய்தவர் அவர்தான். ஆனால், நான் வெளியே பார்த்துக் கொண்டிருந்தது உன்னை எதிர்பார்த்து அல்ல. வேறு ஒரு காரணத்துக்காக."

பிறகு, தான் கேட்ட குரலைப் பற்றிக் கூறி விட்டு, தான் கடவுளை எதிர்பார்த்துக் கொண்டிருப்பதாகத் தெரிவித்தான் மார்ட்டின், புன்னகையோடு.

அவள் குழந்தையை நன்றாகப் போர்த்தி விட்டு எழுந்து வந்து மீண்டும் ஒருமுறை அவனுக்கு நன்றி தெரிவித்தாள். வாசல் வரை சென்று அவளை வழியனுப்பி வைத்தான் மார்ட்டின்.

கார்த்தீபன்

பின்னர், மார்ட்டின் கவனத்தை மற்றொரு சம்பவம் இழுத்தது. ஆப்பிள் கூடைக்காரி ஒருத்தி ஜன்னலுக்கு நேரே வந்து நின்றாள். அவள் கொண்டு வந்திருந்த கூடையில் சில பழங்கள் விற்பனையாகாமல் அப்படியே இருந்தன. கூடையை இறக்கி வைத்து விட்டு அவள் அங்கே சிறிது இளைப்பாறினாள். அப்பொழுது கிழிந்த கால்சட்டை அணிந்திருந்த சிறுவன் ஒருவன் எங்கிருந்தோ ஓடி வந்து அந்தக் கூடையிலிருந்த ஒரு ஆப்பிளை எடுத்துக் கொண்டு ஓட முயன்றான். கூடைக்காரி உடனே அவன் மீது பாய்ந்து அவன் தலை மயிரைக் கெட்டியாகப் பிடித்துக் கொண்டாள். பிறகு அவனை வாயில் வந்தபடி திட்டி முதுகில் அடித்தாள். அடி தாங்க முடியாமல் அந்தச் சிறுவன் பெரிதாக அலறினான்.

அவன் போட்ட சத்தத்தைக் கேட்டு வேலையை அப்படியே விட்டு விட்டு வீதிக்கு ஓடி வந்தான் மார்ட்டின். அந்த வேகத்தில் அவனுடைய மூக்குக் கண்ணாடி சுழன்று கீழே விழுந்து விட்டது.

சிறுவனைப் போலீசில் ஒப்படைக்கப் போவதாகக் கூடைக்காரி அந்த சமயத்தில் மிரட்டிக் கொண்டிருந்தாள்.

அவனோ, 'நான் பழத்தை எடுக்கவே இல்லை' எனச் சாதித்துக் கொண்டிருந்தான்.

பழக்காரியிடமிருந்து சிறுவனை விலக்கி விட்டு அவளைச் சமாதானப்படுத்தி, "கடவுளுக்காக அவனை மன்னித்து விடு!" என அவளிடம் வேண்டினான் மார்ட்டின்.

"போலீஸில் ஒப்புவித்து, அவனுக்கு நன்றாக உதை வாங்கிக் கொடுத்த பிறகே அவனை மன்னிப்பேன்!" என்றாள் பழக்காரி.

"இனி, இம்மாதிரிக் காரியங்களை அவன் செய்யமாட்டான். அவனை விட்டு விடு," என்று மீண்டும் கேட்டுக் கொண்டான் மார்ட்டின்.

பழக்காரி வேண்டா வெறுப்பாகச் சிறுவனைப் போக விட்டாள்.

சிறுவன் அந்த இடத்திலிருந்து ஓட முயன்றான். அவன் கையைப் பிடித்து, "இவளிடம் முதலில் மன்னிப்புக் கேள். நீ இந்தக் கூடையிலிருந்து திருடியதை நானே பார்த்தேன். இனிமேல் திருடாதே!" என்றான் மார்ட்டின்.

சிறுவன் அழுது கொண்டே மன்னிப்புக் கேட்டான்.

அந்தக் கூடையிலிருந்து ஒரு பழத்தை எடுத்துச் சிறுவனிடம் கொடுத்து, அதற்குத் தான் காசு கொடுத்து விடுவதாகக் கூறினான் மார்ட்டின்.

“இவனைப் போன்ற போக்கிரிப் பயல்களுக்கு உங்களைப் போன்றவர்கள் ரொம்பத்தான் இடம் கொடுத்துக் கெடுத்து விடுகிறீர்கள்! ஒரு வாரத்துக்கு மறக்க முடியாதபடிக்கு இவனுக்கு உதை கொடுத்திருக்க வேண்டும்!” என்று கறுவினாள் பழக்காரி.

“நாம் தண்டிக்கும் முறை வேண்டுமானால் அதுவாக இருக்கலாம். ஆனால், கடவுளுடைய வழி அது அல்ல. ஒரே ஒரு ஆப்பிளைத் திருடியதற்காக அச்சிறுவனுக்குச் சவுக்கடி கொடுக்க வேண்டும் என்று நீ சொன்னால் அப்புறம் நாம் செய்த பாவங்களுக்கெல்லாம் நமக்கு எத்தகைய தண்டனை கிடைக்கும் என்பதை யோசித்துப்பார்?” என்று அவளிடம் கேட்டான் மார்ட்டின்.

அவன் சொன்னது சரிதான் என்று ஆமோதிக்கும் வகையில் தலையை ஆட்டிக் கொண்டே பெருமூச்சு விட்டாள் பழக்காரி.

பிறகு “நீ சொல்வதில் உண்மை இருக்கலாம். ஆனால் இந்தப் போக்கிரிகள் ஏற்கனவே கெட்டுப் போய் விட்டார்களே!” என்றாள்.

“சரியான வழியில் அவர்களை நடக்கச் செய்வதும் அவர்களுக்கு நல்வழி காட்டுவதும்தான் பெரியவர்களான நமது கடமை” என்றான் மார்ட்டின்.

“நானும் அப்படித்தான் வழக்கமாகக் கூறிக்கொண்டிருந்தேன். ஏழு குழந்தைகள் எனக்கு இருந்தார்கள். இப்பொழுது ஒரு பெண் மட்டும்தான் இருக்கிறாள்” என்று தன் கதையைக் கூறிவிட்டுக் கூடையைத் தூக்கித் தலையில் வைத்துக் கொள்ள முயன்றாள். அவள் வீடுவரை அவளது கூடையைத் தான் தூக்கிக் கொண்டு வருவதாக அந்தச் சிறுவன் கூறவே, அவளும் அதற்கு சம்மதித்தாள். இருவரும் ஒன்றாக அங்கிருந்து நடந்து சென்றனர்.

அவர்களையே சிறிது நேரம் கண் கொட்டாது பார்த்துக் கொண்டிருந்த மார்ட்டின் பிறகு தன் அறைக்குத் திரும்பி, வேலையில் ஈடுபட அமர்ந்தான். அதற்குள் இருள் சூழ்ந்து விட்டதால் தைக்க இயலவில்லை. விளக்கை ஏற்றித் தொங்க விட்டுக் கொண்டு கையிலிருந்த பூட்சைத் தைத்து முடித்தான்.

பிறகு, விளக்கை மேஜை மீது வைத்து விட்டுப் புத்தகத்தை எடுத்துப் படிக்கத் தொடங்கினான். முதல் நாள் அவன் படித்து விட்டு அடையாளம் வைத்திருந்த பக்கத்துக்குப் பதில் வேறு ஒரு பக்கம் அந்த சமயத்தில் திறந்து கொண்டது. அதே சமயம், முதல் நாள் தான் கேட்ட குரல் அவனுக்கு நினைவுக்கு வந்தது. அந்த சமயத்தில் பின்புறம் யாரோ நடப்பது போல அரவம் கேட்டது. சுற்றிலும் திரும்பிப் பார்த்தான். இருண்டு கிடந்த ஓர் மூலையில் சில உருவங்கள் நிற்பது போலத் தெரிந்தது. ஆனால் அந்த உருவங்கள் யாரென்று தெளிவாகத் தெரியவில்லை.

"என்னைத் தெரியவில்லையா, மார்ட்டின்?" என்று அவர்களிலிருந்து ஒரு குரல் கேட்டது.

"நீ யார்?" என்று கேட்டான் மார்ட்டின்.

"நான்தான்!" என்று சொல்லிக் கொண்டே ஸ்டெபானிச் இருண்ட அந்த மூலையிலிருந்து வெளிப்பட்டவன் புன்னகை புரிந்தபடி கலையும் மேகம் போல் மறைந்து விட்டான்.

அதற்கடுத்து கையில் குழந்தையுடன், "இதோ நான்!" என்று கூறிக்கொண்டே அந்தப் பெண் வெளிப்பட்டாள். அவளும் புன்னகை பூத்தபடி அங்கிருந்து மறைந்து போனாள்.

பிறகு, சிறுவனும் பழக்காரியும் தோன்றி மறைந்தனர். அதற்குப் பிறகு மகிழ்ச்சி நிறைந்த மனத்தோடு மூக்குக் கண்ணாடியை அணிந்து கொண்டு, திறந்திருந்த பக்கத்தை அவன் படிக்கத் தொடங்கினான்.

"பசியோடு நான் வந்தேன், எனக்கு உணவு அளித்தாய்; தாகத்தால் நான் வாடினேன்; குடிக்க எனக்குப் பானம் வழங்கினாய். நான் அந்நியன் ஆனாலும் அன்போடு என்னை உள்ளே அழைத்து உபசரித்தாய்; என்னைச் சேர்ந்த ஆதரவற்ற மக்களுக்கு இதை நீ மனமுவந்து செய்தாய். அதனால் அவை அனைத்தும் எனக்கே செய்ததாகும்."

தன்னுடைய கனவு நனவாகி விட்டது என்பதையும், கடவுளே தன் வீட்டுக்கு வருகை புரிந்திருக்கிறார் என்பதையும் தான் அவரை உபசரித்திருப்பதையும் அறிந்து, மிகவும் சந்தோஷ மடைந்தான் மார்ட்டின்.

☐ ☐ ☐

உலகப் புகழ்பெற்ற
டால்ஸ்டாய் நீதிக்கதைகள்

6 ஏழையின் சிரிப்பில் இறைவன்

எதிரே இருந்த சமாதியைக் கண்கள் பார்த்துக் கொண்டிருந்த போதிலும், பணப்பை பத்திரமாக இருக்கிறதா என்பதிலேயே அவருடைய கவனமெல்லாம் இருந்தது.

அவருடைய கண்கள் சமாதியை வெறித்துப் பார்த்துக் கொண்டிருந்தன. சமாதியின் மீது இப்போது முப்பத்தாறு வத்திகள் எரிந்து கொண்டிருந்தன. தனக்கு முன்னால் இருந்தவர்களின் தலைக்கு மேல் அவர் பார்த்துக் கொண்டிருந்தபோது அதிசயம் ஒன்று நிகழ்வதை அவர் கண்டார். விளக்குகளுக்குக் கீழே கூடியிருந்தவர்களின் தலைக்கு மேலாக ஒரு கிழவர் இருப்பதை அவர் கண்டார். அந்த உருவத்தின் வழுக்கைத் தலை எலிஜாவுடையதைப் போலவே இருந்தது. எலிஜாவை அப்படியே வார்த்தெடுத்தது போலவே இருந்தது அந்த உருவம்.

நேருக்கு நேராக அதை இப்போது பார்க்க முடிந்தது. சந்தேகமே இல்லை. அது எலிஜாவேதான்! அதே புருவம்; அதே மூக்கு; சுருண்ட கேசமுள்ள தாடி; அது வேறு யாரும் இல்லை. அவர் எலிஜாவே தான்.

ஏழையின் சிரிப்பில் இறைவன்

■ **அன்பு செய்தால் பிறவிக்கடன் தீரும்**

ஒரு ஊரில் இரு முதியவர்கள் இருந்தனர். அவர்களில் ஒருவர் பெயர் எபிம்; மற்றொருவர் பெயர் எலிஜா.

எபிம் மிகவும் நேர்மையானவர். மது அருந்தும் பழக்கமோ புகை பிடிக்கும் பழக்கமோ அவருக்குக் கிடையாது. அவர் வாயிலிருந்து கடுமையான சொற்கள் என்றுமே வந்ததில்லை. அவர் வாழ்க்கையில் கண்டிப்பான நியதிகளைக் கடைப்பிடித்து வந்தார். அவருடைய குடும்பம் மிகவும் பெரியது. அவருடைய இரண்டு மகன்களுக்கும் ஒரு பேரனுக்கும் திருமணம் ஆகியிருந்தது. எல்லோரும் ஒன்றாகத்தான் வாழ்ந்தனர். எபிம் பணக்காரர். அவருக்கு இப்போது எழுபது வயது இருக்கும்.

எலிஜா இப்போது ஊர் ஊராகச் சென்று தச்சு வேலை செய்து வந்தார். அது முடியாத நிலை வந்தபோது அந்த ஊரிலேயே தங்கித் தேனீ வளர்த்து வந்தார். அவர் நல்ல மனதுடையவர். எப்பொழுதும் உற்சாகமாகக் காணப்படுவார். மது அருந்துவார்; புகை பிடிப்பார். எல்லோரிடமும் கனிவாக நடந்து கொள்வார். அவருக்கு இரண்டு மகன்கள்; ஒருவன் உள்ளூரிலேயே வேலை பார்த்தான். மற்றவன் வெளியூரில் இருந்தான். எலிஜாவின் தலை வழுக்கையாக இருந்தது. அவருடைய வயதும் எழுபதுக்குமேல் இருக்கும்.

எபிமும் எலிஜாவும் ஒன்றாக ஜெருஸலத்துக்குப் போய்க் கடவுளைத் தரிசித்து வரத் தீர்மானித்தனர். ஆனால் வெகு நாட்கள் ஆகியும் திட்டமிட்டபடி அவர்களால் பயணம் மேற்கொள்ள இயலவில்லை.

தமது வியாபாரத் தொல்லைகளிலிருந்து எபிமுக்கு ஓய்வு கிடைக்கவில்லை. அவருக்கு எப்போதும் ஏதாவது ஒரு வேலை இருந்து கொண்டே இருந்தது.

ஒரு விழாவில் இந்த இரு கிழவர்களும் சந்தித்துக் கொண்டனர். அங்கிருந்த ஒரு பெஞ்சில் உட்கார்ந்து கொண்டு அப்போது அவர்கள் பேசிக் கொண்டிருந்தார்கள்.

பேச்சின் நடுவில் "நாம் முன்பு போட்ட திட்டத்தை எப்பொழுது நிறைவேற்றுவது?" என்று கேட்டார் எலிஜா.

"அதற்கு இன்னும் கொஞ்ச நாட்கள் ஆக வேண்டும். புதுவீட்டை நான் இன்னும் கட்டி முடிக்கவில்லை. அதனால் கோடைக்காலம் வரை இதைப்பற்றி யோசிக்க முடியாது. அதன் பின் கடவுள் அருள் இருந்தால் நாம் ஜெருசலேத்துக்குப் போகலாம்" எனப் பெருமூச்சுடன் கூறினார் எபிம்.

"நம் பயணத்தைத் தள்ளிப் போட்டுக் கொண்டே போக நான் விரும்பவில்லை. வசந்தகாலம்தான் பயணத்துக்கு ஏற்றது. அதனால் இப்பொழுதே புறப்படுவது நல்லது என்று எண்ணுகிறேன்" என்றார் எலிஜா.

"கட்டட வேலையைத் தொடங்கி விட்டேனே. அதைப் பாதியில் அப்படியே விட்டு விட்டு நான் எப்படி உங்களுடன் வருவது?" என்றார் எபிம்.

"உங்களுடைய வேலைகளைக் கவனித்துக் கொள்ள வேறு யாரும் இல்லையா? உங்கள் மகன் இதையெல்லாம் கவனித்துக் கொள்ளமாட்டாரா?"

"அவன் எங்கே இதையெல்லாம் கவனிக்கப் போகிறான்? அவன் எல்லாவற்றையும் கெடுத்து விடுவான்."

"அப்படிச் சொல்லாதீர்கள்; நாளை நாம் இறந்து விட்டால் இந்த உலக இயக்கங்கள் அப்படியேவா நின்று விடப் போகின்றன. உங்கள் மகனுக்கு இவற்றைப் பற்றியெல்லாம் கொஞ்சம் சொல்லிக் கொடுத்தால் போதும் அவன் கற்றுக் கொண்டு விடுவான்."

"நீங்கள் சொல்வது உண்மைதான். ஆனால் எனது மேற்பார்வையிலேதான் இந்த வேலை நடைபெற்று முடிய வேண்டும் என்று நான் விரும்புகிறேன்."

"இந்த வேலைகளையெல்லாம் முடித்து விட்டுத்தான் நாம் போக வேண்டும் என்றால் அதற்கு முடிவே இருக்காது. நமக்கு அடுத்து அடுத்து ஏதாவது வேலைகள் வந்து கொண்டேதான் இருக்கும்."

இதையெல்லாம் கேட்டுக் கொண்டிருந்த எபிம் ஒருகணம் யோசித்து விட்டு, "கட்டடத்துக்காக ஏற்கனவே நிறையச் செலவழித்து விட்டேன்; கையில் அவ்வளவாகப் பணமில்லை. போதிய பணம் இல்லாமல் புனிதப் பயணத்தை ஆரம்பிப்பது சரியல்ல; பயணத்தின்போது ஏற்படும் செலவுகளுக்காக நூறு ரூபிள்களையாவது கையிருப்பாக வைத்திருக்க வேண்டாமா?" என்றார்.

அதற்கு எலிஜா புன்னகையோடு, "போதிய பணம் வைத்துக் கொள்ள வேண்டியதுதான். அதில் சந்தேகம் ஏதுமில்லை. என்னைக் காட்டிலும் பத்து மடங்குப் பணம் உங்களிடம் இருந்தும்கூடப் பணத்துக்காகக் கவலைப்படுவதாகச் சொல்கிறீர்களே! இது நியாயமா? எப்போது புறப்படுவது என்று சொல்லுங்கள். உடனே புறப்பட வேண்டுமென்றாலும் நான் தயார்!" என்றார்.

"அவ்வளவு பணம் இப்போது கையில் வைத்திருக்கிறீர்களா? கையில் அவ்வளவு பணமில்லையெனில் எங்கிருந்து பணத்தைச் சேகரிக்கப் போகிறீர்கள்?" என்று கேட்டார் எபிம்.

"எப்படியாகிலும் நான் பயணத்திற்கான பணத்தை சம்பாதித்து விடுவேன். வேறு வழி இல்லாவிடில் கையிலுள்ள தேனடைகளை விற்றாவது தேவையான பணத்தை சேர்த்து விடுவேன்!" என்றார் எலிஜா.

"கையில் இருப்பதையெல்லாம் கொடுத்து விட்டுப் பிறகு மிகவும் வருத்தப்படப்போகிறீர்கள்."

"எதற்காக நான் வருத்தப்பட வேண்டும்? நான் செய்த பாவங்களுக்காக வருந்துவதைத் தவிர வாழ்க்கையில் வேறு எதற்காகவும் நான் வருத்தப்பட்டதில்லை."

"இருக்கலாம். ஆனாலும் வீட்டின் பொருளாதார நிலைமை மிகவும் மோசமாகி விடாமல் நீங்கள் பார்த்துக் கொள்ள வேண்டும் அல்லவா?"

“உள்ளம் கெட்டு விடுவது அதைக் காட்டிலும் மோசமானது இல்லையா. அதனால் நாம் அவசியம் போகத்தான் வேண்டும். விரைவாக அதற்கான ஏற்பாடுகளைச் செய்யுங்கள்” என்றார் எலிஜா.

எப்படியோ பலவற்றையும் சொல்லி எபிமின் மனதை மாற்றுவதில் எலிஜா வெற்றி பெற்று விட்டார்.

மறுநாள், எபிம் எலிஜாவைத் தேடிச் சென்றார்.

“நான் நீங்கள் சொன்னதையெல்லாம் பற்றி யோசித்துப் பார்த்தேன். நீங்கள் கூறியதெல்லாம் மிகவும் சரிதான். நாம் விரைவில் புறப்பட்டு விடவேண்டியதுதான். இனிமேல் நம்முடைய வாழ்வும் மரணமும் கடவுளின் கையில்தான் உள்ளது. அதனால் உடலில் உயிர் உள்ளபோதே நாம் யாத்திரை போய் வருவது நல்லதுதான்” என்றார் எபிம்.

ஒருவார காலத்துக்குப் பிறகு இருவரும் பயணத்துக்குத் தயாரானார்கள்.

தன் கையிலிருந்ததில் வீட்டுச் செலவுக்கென்று இருநூறு ரூபிள்களைக் கொடுத்துவிட்டு, பயணச் செலவுக்கு நூற்றுத் தொண்ணூறு ரூபிள்கள் எடுத்துக் கொண்டார் எபிம். மேலும் தான் இல்லாதபோது செய்ய வேண்டிய வேலைகளைப் பற்றி மகனிடம் திரும்பத் திரும்ப எடுத்துச் சொன்னார்.

தன்னிடமிருந்த பத்துத் தேனடைகளை எலிஜா விற்றார். அதில் அவருக்கு எழுபது ரூபிள் கிடைத்தது. அங்கும் இங்கும் கடன் வாங்கி அதன் மூலம் முப்பது ரூபிள்களைச் சேர்த்தார். இப்போது அவரிடம் மொத்தம் நூறு ரூபிள்கள் சேர்ந்து விட்டன.

இருவரும் கொஞ்சம் பணியாரங்களைச் செய்து எடுத்துக் கொண்டனர். இரண்டு குடும்பத்தினரும் ஊரின் எல்லை வரை வந்து அவர்களை வழி அனுப்பி வைத்தார்கள்.

எலிஜா எந்தக் கவலையும் இல்லாமல் உற்சாகமாக நடந்தார். நண்பர் எபிமை எப்படி மகிழ்ச்சியோடு இருக்கச் செய்வது என்பது பற்றிதான் அவர் இப்போது சிந்தித்துக் கொண்டிருந்தார். அதுதான் அவருடைய மிகப் பெரிய கவலையாக இருந்தது.

வழியெல்லாம் மௌனமாகப் பிரார்த்தனை வாசகங்களைச் சொல்லிக் கொண்டே அவர் சென்றார். அத்தோடு தன்னுடைய கடந்தகால வாழ்க்கையைப் பற்றியும் அடிக்கடி அவர் நினைத்துக் கொள்வார். வழியில் காண்பவர்களிடம் அன்பாகப் பேசுவார். அவருடைய உற்சாகம் இதனால் அதிகரித்தது. புகை பிடிப்பதை விட்டுவிட வேண்டும் என்று தீர்மானம் செய்து கொண்டு புகைக் குழாயை வீட்டிலேயே வைத்து விட்டு வந்திருந்தார் அவர். அது இல்லாதது அவருக்கு மிகுந்த வருத்தத்தைக் கொடுத்தது.

இதற்கு மாறாக எபிம் யாருடனும் சுமுகமாகப் பேசவில்லை. எப்போதும் மிகவும் கவலையில் ஆழ்ந்தவராகக் காணப்பட்டார். வீட்டைப் பற்றிய கவலை அவரை விடவில்லை என்பதைப் புரிந்து கொள்ள முடிந்தது. தான் கூறி வந்தபடி வீட்டில் வேலைகள் நடைபெறு கின்றனவா? அதில் ஏதாவது பிரச்சனை கள் ஏற்படாமல் நல்லபடியாக எல்லாம் நடக்குமா? என்ற சிந்தனையே எப்போதும் அவரை வாட்டிக்கொண்டிருந்தது. திரும்பப் போய் வீட்டை ஒருமுறை பார்த்து விட்டு வந்து விடலாமா என்று கூடச் சில சமயங்களில் அவர் நினைப்பார்.

அவர்கள் யாத்திரை தொடங்கி அன்றுடன் ஐந்து வாரங்கள் ஆகியிருந்தன. அவர்கள் போட்டிருந்த பூட்சுகள்கூடக் கிழிந்து விட்டன. அதனால் புதிதாக பூட்சுகளை வாங்கிக் கொண்டனர். இருவரும் தங்கள் உணவுக்காகவும் இரவு தங்குவதற்காகவும் நிறைய செலவு செய்ய வேண்டியதாயிருந்தது.

அவர்கள் இப்போது ரூதேனியர் இருந்த பகுதிக்கு வந்து சேர்ந்தனர். அந்தப் பிரதேச மக்கள், போட்டி போட்டுக் கொண்டு அவர்களை உபசரித்து, தங்கள் வீடுகளுக்கு அவர்களை அழைத்துப் போய் உணவு அளித்து அவர்கள் பைகளில் ரொட்டிகளை நிரப்பி அனுப்பி வைத்தனர்.

அவர்கள் மேலும் சில நாட்களில் நாநூற்று ஐம்பது மைல்களைக் கடந்து, பஞ்சப் பிரதேசம் ஒன்றை அடைந்தனர். அங்கேயிருந்தவர்கள் பணம் எதுவும் வாங்கிக் கொள்ளாமல் அவர்களை இரவில் தங்கள் வீட்டில் தங்கிக் கொள்ள அனுமதித்தனர். ஆனால், அவர்களால் உணவு எதுவும் தர இயலவில்லை. எவ்வளவு காசு கொடுக்கத் தயாராய் இருந்தாலும் ஒரு ரொட்டித் துண்டைக் கூட அங்கு அவர்களால் வாங்க முடியவில்லை.

அந்தப் பகுதியில் கடந்த ஆண்டு எதுவுமே விளைய வில்லையாம். அங்கிருந்த பணக்காரர்கள் அதனால் ஏற்பட்ட பாதிப்பை எப்படியோ சமாளித்துக் கொண்டார்கள். நடுத்தர மக்கள்தான் தெருவில் நிற்க வேண்டியதாயிற்று. அங்கிருந்த ஏழை மக்களில் பலர் பஞ்சத்தால் பாதிக்கப்பட்டு மடிந்தனர். சிலர் அந்த ஊரை விட்டே ஓடி விட்டனர்.

அவ்வூரை விட்டு அவர்கள் விடியற்காலையில் புறப்பட்டார்கள். அங்கிருந்து எட்டு மைல் தூரம் சென்றதும் ஒரு ஓடையின் அருகில் உட்கார்ந்து கொண்டு குவளையில் தண்ணீர் மொண்டு வைத்துக் கொண்டு அதில் தங்கள் கையிலிருந்த ரொட்டியை நனைத்துச் சாப்பிட்டார்கள்.

மேலும் எட்டு மைல் தூரம் நடந்து சென்றபின் ஒரு கிராமத்தினுள் நுழைந்தனர். அப்போது எலிஜா மிகவும் களைத்துப் போயிருந்தார். அங்கே வெயில் அதிகமாகக் காணப்பட்டது. அதனால் சிறிது நேரம் ஓய்வு எடுத்துக் கொண்டு தாகத்தைத் தணித்துக் கொண்ட பிறகு அங்கிருந்து பயணத்தைத் தொடரலாம் என்று நினைத்தார் அவர். ஆனால் எபிமுக்கு ஓய்வு எதுவும் தேவைப்படவில்லை.

இருவரில் எபிம் எவ்வளவு தூரமானாலும் சுலபமாக நடக்கக்கூடிய தெம்புடன் இருந்தார். ஆனால் அவருக்குச் சமமாக நடப்பதற்கு எலிஜாவுக்குச் சிரமமாக இருந்தது.

"நீங்கள் போய்க் கொண்டே இருங்கள்; அதோ அந்தக் குடிசைக்குப் போய் கொஞ்சம் தண்ணீர் வாங்கிக் குடித்து என் தாகத்தைத் தீர்த்துக் கொண்ட பிறகு வேகமாக வந்து உங்களைப் பிடித்து விடுகிறேன்" என்றார் எலிஜா.

சரி என்று சொல்லி விட்டு எபிம் மேலே நடந்து சென்றார்.

எலிஜா அந்தக் குடிசையை நோக்கி நடந்தார்.

அது மிகப் பழைய குடிசையாக இருந்தது. அந்தக கூரை யிலிருந்த துவாரத்தின் வழியாக அதனுள்ளே உள்ளவர்களை மிகவும் எளிதாகக் காண முடிந்தது.

அந்தக் குடிசையை நெருங்கியவர் தன் கைத்தடியால் கதவைத் தட்டினார். உள்ளேயிருந்து எந்த பதிலும் வரவில்லை. மறுபடியும்

கூப்பிட்டுப் பார்த்தார். எந்தப் பலன் இல்லை. ஒருகணம் திரும்பிப் போய்விடலாமா என்றுகூட எண்ணினார். அந்த சமயத்தில் உள்ளே யாரோ விம்மும் சத்தம் கேட்டது. அவர்கள் ஏதோ பெருங்கஷ்டத்தில் இருக்கிறார்கள் போலிருக்கிறது. அவர்களுக்கு என்ன பிரச்சனையென்று பார்க்கலாம் என்று எண்ணிக்கொண்டே கதவைத் திறந்து கொண்டு உள்ளே நுழைந்தார்.

குடிசைக்குள்ளே ஒரு கிழவி உட்கார்ந்திருந்தாள். அவள் அருகில் படுத்துக் கிடந்த ஒரு சிறுவன் சிணுங்கிக் கொண்டிருந்தான். மற்றொரு அறையில் ஒரு பெண், முகம் தரையில் படிந்த நிலையில் படுத்திருந்தாள். ஏதோ முனகிக் கொண்டு கால்களை அடிக்கடி உதறிக் கொண்டிருந்தாள் அவள். அவளைக் கவனிக்க அந்த வீட்டில் யாருமே இல்லை என்று தெரிந்தது.

கிழவி உள்ளே வந்து நின்ற எலிஜாவைப் பார்த்து, "உங்களுக்கு என்ன வேண்டும்? இங்கே உங்களுக்குக் கொடுப்பதற்கு என்னிடம் ஒன்றுமே இல்லையே" என்றாள்.

"நான் கர்த்தரின் தொண்டன். எனக்கு மிகவும் தாகமாக இருக்கிறது. எனக்குத் தாகத்துக்குக் குடிக்கத் தண்ணீர் வேண்டும்" என்றார் எலிஜா.

"உங்களுக்குத் தண்ணீர் கொண்டு வந்து கொடுப்பதற்கு இங்கே யாரும் இல்லையே. வேண்டுமானால் நீங்களே உங்களுக்கு வேண்டிய தண்ணீரை எடுத்துக் குடித்து விட்டுப் போங்கள்" என்றாள் கிழவி.

"நோயின் கடுமை தாங்காமல் முனகிக் கொண்டு கிடக்கும் அந்தப் பெண்ணைக் கூட இருந்து கவனிக்க இங்கு யாரும் இல்லையா?"

"அவள் கணவன் அங்கே உயிருடன் போராடிக் கொண்டிருக்கிறான். இந்த வீட்டில் உயிருடன் மிஞ்சி இருப்பது நாங்கள் மட்டும்தான்."

அந்த நேரத்தில் கிழவியின் கையைப் பிடித்தபடியே சிறுவன், ரொட்டி, ரொட்டி என்று அழத் தொடங்கினான்.

உயிருக்காக மன்றாடிக் கொண்டிருந்த அவன் எழுந்து உட்கார முயன்று தலைகுப்புற உருண்டு விழுந்தான். அவனுக்கு மூச்சுத் திணறியது. ஏதோ சொல்ல வேண்டுமென்று அவன் நினைத்தான். ஆனால் முடியவில்லை.

"இங்கே நோய் மட்டும் அல்ல; பஞ்சமும் தாண்டவம் ஆடுகிறது. நாங்களெல்லாம் பட்டினியால் செத்துக் கொண்டிருக்கிறோம்!" என்று தட்டுத்தடுமாறிக் கிழவி சொல்லி முடித்தாள்.

தன் பையிலிருந்த ரொட்டியை எடுத்து நறுக்கிச் சிறுவனிடம் கொடுத்தார் எலிஜா. அதைக் கண்டதும் இன்னொரு மூலையில் சுருண்டு கிடந்த சிறுமி மெதுவாக எழுந்து வந்தாள். அவளுக்கும் ஒரு துண்டு ரொட்டியைக் கொடுத்தார். பிறகு, கிழவிக்கும் கொடுத்தார். எல்லோரும் அவர் கொடுத்ததை ஆவலோடு

சாப்பிட்டனர். "எனக்கு நாக்கு வறண்டு விட்டது. கொஞ்சம் தண்ணீர் கொண்டு வந்து தருகிறீர்களா?" என்று அவரிடம் வேண்டிக் கொண்டாள் கிழவி.

கிணற்றடிக்குச் சென்று தண்ணீர் எடுத்துக் கொண்டு வந்து எல்லோருக்கும் கொடுத்தார். அந்தத் தண்ணீரைக் குடித்து விட்டுக் குழந்தைகளும் கிழவியும் மற்றொரு துண்டு ரொட்டியை வாங்கிச் சாப்பிட்டனர். குழந்தைகளின் தகப்பன் மட்டும் தனக்கு எதுவும் வேண்டாம் என்று கூறிச் சாப்பிட மறுத்து விட்டான். அவன் மனைவியோ இன்னமும் மயங்கிய நிலையிலேயே படுத்துக் கிடந்தாள்.

கடைக்குச் சென்று சமையலுக்கான பருப்பு, வெண்ணெய் முதலிய பொருள்களை வாங்கிக் கொண்டு, கொஞ்சம் விறகையும் வெட்டி எடுத்துக் கொண்டு வீடு திரும்பினார் எலிஜா. சிறுமியை உதவிக்கு வைத்துக் கொண்டு சமையல் செய்து எல்லோருக்கும் சாப்பாடு செய்து கொடுத்தார். சாப்பிட்டு விட்டு குழந்தைகள் தூங்கி விட்டன. கிழவியும் அவள் மகனும் தங்களுக்கு நேர்ந்த கதியைப் பற்றி விவரிக்கத் தொடங்கினர்.

"நாங்கள் ஏழைகள்தான். ஆயினும் எங்கள் எல்லோருக்கும் எந்தக் காலத்திலும் சாப்பாட்டுக்குத் தட்டுப்பாடு இருந்த தில்லை. சென்ற ஆண்டு எங்கள் நிலத்தில் விளைச்சல் இல்லை; அதனால் கைவசம் இருந்த தானியமெல்லாம் தீர்ந்து விட்டது; சுற்றிலும் இருந்தவர்களிடம் கடன் வாங்கிக் காலத்தை ஓட்டி னோம். கண்டதைத் தின்று காலத்தைக் கடத்தி வந்தோம். பிச்சை எடுக்கவும் செய்தோம். நாளடைவில் அதற்கும் வழி இல்லாது போய் விட்டது. வேலை கிடைப்பதும் எளிதான காரியமாக இல்லை; என்னைப்போல வேலை தேடி அலைந்தவர்கள் ஏராள மானவர்கள் இங்கே இருந்தார்கள். வாரத்தில் ஒருநாளைக்கு எங்களுக்கு வேலை கிடைப்பதுகூட அரிதாயிருந்தது. அடுத்த பருவ காலம் வரும் வரை காலத்தைக் கடத்த முயன்றோம். ஆனால் அதுவரைக்கும் தாக்குப் பிடிக்க முடியவில்லை; நோயின் கடுமை எங்களைப் பாடாய்ப்படுத்தியது; புல்லைத் தின்று பசியைத் தீர்த்துக் கொள்ள வேண்டிய நிலைக்கு வந்து விட்டோம். என் மனைவியின் நோய்க்கு அதுதான் காரணமோ என்னவோ? அவள் படுத்த படுக்கையாகக் கிடக்கிறாள். என் உயிர் சிறிது சிறிதாகப் போய்க் கொண்டிருக்கிறது" என்றான்

அவன். கிழவி அவன் விட்ட இடத்திலிருந்து தொடர்ந்தாள். "என்னை மட்டும் நோய் பாதிக்கவில்லை. ஆனால் பட்டினி கிடந்ததில் நான் களைத்து விட்டேன். மொத்தத்தில் சாவை எதிர்பார்த்துக் கொண்டு நாங்கள் நாட்களைக் கடத்திக் கொண்டிருக்கிறோம்" என்றாள்.

இந்தச் சோகக் கதையைக் கேட்ட எலிஜா சற்று யோசித்தார். அன்று மாலைக்குள் தன்னால் எபிமுடன் போய்ச் சேர்ந்து கொள்ள முடியாது என்பது அவருக்கு நிச்சயமாகத் தெரிந்து விட்டது. ஆகவே, அங்கேயே இரவு முழுவதும் தங்கி விட்டுக் காலையில் புறப்பட எண்ணினார்.

காலையில் எழுந்து வீட்டைச் சுத்தப்படுத்தி பாத்திரங்களைக் கழுவி முடித்த பிறகு சமையல் செய்து அவர்களைச் சாப்பிடச் செய்தார். இப்படியாக மறுநாளும், மூன்றாவது நாளும் கழிந்தது. சிறுவனுக்கு இப்போது உடம்பு சற்றுத் தேறி இருந்தது. அவன் தாத்தா, தாத்தா என்று அவரைக் கெட்டியாகப் பிடித்துக் கொண்டான். சிறுமியும் அவருக்கு உதவியாக எடுபிடி வேலைகளைச் செய்தாள். அவளும் இப்போது சற்று உடல் நலம் தேறி நடமாட ஆரம்பித்திருந்தாள். குழந்தைகளின் தாய், மூன்றாவது நாள் சற்று மயக்கம் தெளிந்து எழுந்தவள் தனக்கு சாப்பிட உணவு ஏதாவது கிடைக்குமா என்று கேட்டாள்.

அடுத்த நாள், எலிஜா தனது உபவாசத்தை முடிக்கும் நாள். அந்தக் குடும்பத்தினருடன் தங்கித் தனது உபவாசத்தை முடிக்கலாம் என்று எண்ணினார் அவர்.

இவ்வளவு நாட்கள் அந்த இடத்தில் தங்க நேரிடும் என அவர் எதிர்பார்க்கவே இல்லை.

நான்காவது நாளும் அவர் அங்கேயே தங்க வேண்டியிருந்தது. கடைக்குப் போய்ப் பால் மாவு, வெண்ணெய் ஆகியவற்றை அன்றும் வாங்கி வந்தார். எல்லோரும் உற்சாகமாக சமையலில் அவருக்கு அன்று உதவி செய்வதில் பங்கு கொண்டனர்.

எலிஜா அங்குள்ள கோவிலுக்குச் சென்று வந்து தனது உபவாசத்தை முடித்தார். குழந்தைகளின் தாயார் கூட இப்போது சற்று எழுந்து நடக்க ஆரம்பித்திருந்தாள். தகப்பன் முகச்சவரம் செய்து கொண்டு உடைகளை நன்றாகத் துவைத்து, உலர்த்தி

அணிந்து கொண்டு தன் நிலத்தை அடமானம் வைத்திருந்த பிரபுவிடம் சென்று, அறுவடைக் காலம்வரைக்கும் தன்னுடைய நிலத்தில் பயிர் செய்து கொள்வதற்கு அனுமதிக்குமாறு வேண்டிக் கொண்டான். அவன் அதற்கு மறுத்து விடவே சோர்ந்து போய் வீடு திரும்பினான்.

நிலம் இல்லாமல் இவர்கள் எப்படி வாழ்க்கை நடத்த முடியும்? நான் இப்போது இங்கிருந்து போய் விட்டால் இந்தக் குடும்பம் மீண்டும் வறுமையாலும் நோயாலும் மிகவும் வாட நேரிடுமே! என எலிஜா சிந்தனையில் ஆழ்ந்தார். அன்று மாலையும் அவரால் அங்கிருந்து புறப்பட முடியவில்லை. இரவும் வந்தது. வழக்கம்போல் பிரார்த்தனை செய்து விட்டுப் படுத்தார். தூக்கம் வரவில்லை. இங்கிருந்து நான் போகத்தான் வேண்டும். இவர்களுக்காக வேண்டி அதிக நேரத்தையும் பணத்தையும் செலவு செய்து விட்டேன். அதே சமயத்தில் இந்தக் குடும்பத்தினரின் நிலையைக் கண்டு என்னால் வருந்தாமல் இருக்கவும் முடியவில்லை. ஆனால், என்னைப் போன்ற ஒருவர் எல்லோருக்கும் உதவி செய்வது என்பது முடிகிற காரியமா? முதலில் இவர்களுக்குக் கொஞ்சம் ரொட்டியும் தண்ணீரும்தான் கொடுக்க வேண்டும் என்று எண்ணினேன். அது என்னை இவ்வளவு தூரத்துக்குக் கொண்டு வந்து விட்டு விட்டது! அவர்களுக்காக இவ்வளவு செய்த நான் அவர்களுடைய நிலத்தை மீட்டுக் கொடுத்தால்தான் என்ன? குழந்தைகளுக்காக ஒரு பசுவும், அறுவடை வேலைக்காக ஒரு குதிரையும் இவர்களுக்கு நிச்சயமாகத் தேவைப்படும். அவற்றை இவர்களுக்கு நான் வாங்கிக் கொடுத்தால் என்ன? என்றெல்லாம் எண்ணமிட்டார். உடனே, 'ஏது, பெரிய திட்டம் எல்லாம் போடுகிறாய்! பிறகு, நடுக்கடலில் திசை தெரியாமல் தவிப்பவன் நிலைக்கு வந்து விடுவாய்...' என்ற எச்சரிக்கைக் குரலும் அவரது மனத்தில் எழத்தான் செய்தது.

திரும்பத் திரும்ப யோசித்துப் பார்த்தார். தீர்மானமாக எந்த ஒரு முடிவுக்கும் வர முடியவில்லை. அங்கிருந்து போக விரும்பினார். அதே சமயம் அந்தக் குடும்பத்தினருக்காக மிகவும் இரக்கமும் பட்டார். என்ன முடிவு செய்வது என்று தெரியவில்லை. அப்படியே கண் அயர்ந்தார். விடியற்காலையில்

தன்னை யாரோ எழுப்பி விட்டது போலவும் மூட்டை முடிச்சுகளுடன் தான் வாசல் கதவை நோக்கிப் போவது போலவும் உணர்ந்தார். அந்தக் கதவுகள் மிகவும் குறுகலாக இருந்ததால் அவர் அதற்குள் புகுந்து செல்வதற்கு மிகவும் சிரமமாக இருந்தது. அவருடைய பை ஒரு புறம் மாட்டிக் கொண்டது. அதை விடுவிக்க முயன்றபோது கால் பட்டு மற்றொரு புறம் மாட்டிக் கொண்டு அது கிழிந்து விட்டது. திரும்பிப் பார்க்கும்போது அது கதவில் மாட்டிக் கொண்டு கிழியவில்லை என்பதும் அந்தச் சிறுவனும் சிறுமியுமே தன்னைப் பிடித்து இழுத்துப் போக வேண்டாம் என்று தடுத்துக் கொண்டிருந்தனர் என்பதும் தெரிந்தது.

எலிஜா கனவிலிருந்து திடுக்கிட்டு விழித்துக் கொண்டார். 'நாளை இவர்களது நிலத்தை மீட்டுக் கொடுத்து, ஒரு பசுவையும் குதிரையையும் இவர்களுக்கு வாங்கிக் கொடுத்து விடுகிறேன். என் உள்ளத்தில் குடி கொண்டிருக்கும் தெய்வத் தன்மையை இழந்து விட்டுக் கடல் கடந்து போய்க் கடவுளைக் காண முயற்சிப்பதிலே என்ன பலன் இருக்கிறது? இவர்களுடைய நிலையை முதலில் சரி செய்து விட வேண்டும்' என்று முடிவு செய்து கொண்டார்.

காலையில் எழுந்ததும் நிலப்பிரபுவிடம் சென்று முதல் வேலையாக அவர்களுடைய நிலத்தை மீட்டார். பிறகு ஒரு குதிரையையும் வண்டியையும் விலைக்கு வாங்கினார். நல்ல பசு ஒன்றை வாங்கிக் கொடுப்பதற்காக சந்தை முழுவதும் தேடினார். அப்பொழுது அங்கிருந்த இரண்டு பெண்கள் பேசிக் கொண்டிருந்தது அவர் காதில் பட்டது.

"முதலில் இவர் அங்கே வந்தபோது இவர் யார் என்றே அவர்களுக்குத் தெரியாது. யாத்ரீகராகத் தண்ணீர் குடிப்பதற்காக அங்கே வந்தவர் அவர்களுடனேயே தங்கி விட்டார். அவர்களுக்கு எதை வேண்டுமானாலும் வாங்கித் தருவதற்கு அவர் தயாராயுள்ளார். அவர்களுக்காக குதிரை வண்டி ஒன்றை அவர் வாங்கியதை நானே நேரில் பார்த்தேன். அவரைப் போன்றவர்கள் இந்த உலகத்தில் அதிகமாக இருக்க மாட்டார்கள். அந்த அதிசய மனிதரை நான் காண விரும்புகிறேன்" என்றாள்

அவர்களில் ஒருத்தி. ஒரு குதிரை வண்டியை ஓட்டிக் கொண்டு வந்த எலிஜா அதை அந்த வீட்டின் முன் நிறுத்தினார். அதைப் பார்த்ததும் அக்குடும்பத்தினர் ஆச்சரியம் அடைந்தனர். அது தங்களுக்காகத்தான் இருக்கும் என்று அவர்கள் நினைத்தனர்.

அந்தக் குதிரையை அந்தக் குடும்பத் தலைவனிடம் ஒப்புவித்து விட்டு அதைக் கொட்டிலில் கட்டிப் புல் போடும்படி அவர் கூறினார்.

அனைவரும் அன்றிரவு நிம்மதியாகப் படுத்து உறங்கினார்கள். தன்னுடைய பையுடன் வெளி முற்றத்தில் படுத்துக் கொண்டிருந்த எலிஜா எழுந்து அந்த வீட்டை விட்டுப் புறப்பட்டு நண்பரைப் பிடிப்பதற்கான தன் பிரயாணத்தைத் தொடர்ந்தார்.

அப்போது பொழுது புலரத் தொடங்கியிருந்தது. அவர் நான்கு மைல் தூரம்தான் போயிருப்பார். திடீரென்று ஏதோ யோசனை தோன்றவே மரத்தடியில் ஒதுங்கி நின்று தன் பையில் உள்ள பணத்தை எண்ண ஆரம்பித்தார். அதில் பதினேழு ரூபிள்கள்தான் இருந்தன. 'இதை வைத்துக் கொண்டு கடல் தாண்டிப் போக முடியாது. பணத்திற்காகப் பிச்சை எடுப்பதும் பாவம்.

எபிம் தனியாகவே தன் யாத்திரையை முடித்துக் கொண்டு திரும்பட்டும். வாழ்நாளில் என் பிரார்த்தனையைத்தான் நான் நிறைவேற்ற முடியாமலே போய் விட்டது. கர்த்தர் கருணைமூர்த்தி; அவர் என்னைக் காப்பாற்றுவார்.'

இப்படித் தனக்குத்தானே சொல்லிக் கொண்டு ஆறுதல் அடைந்த எலிஜா, தோளில் பையைப் போட்டுக் கொண்டு, தன் வீட்டை நோக்கிப் பயணமானார். முன்பு வீட்டை விட்டுப் புறப்பட்டபோது நடப்பதற்கு அவருக்குச் சிரமமாக இருந்தது. ஆனால் இப்போது களைப்பு என்பதே அவருக்கு இருக்கவில்லை. உற்சாகமாக அவர் நடந்தார்.

எலிஜா தன் கிராமத்துக்கு இப்போது திரும்பியிருந்தார். கிராமத்து மக்கள் ஓடி வந்து அவரை வரவேற்றனர்.

"எபிமை எப்படி, எங்கே, ஏன் பிரிந்தீர்கள்? யாத்திரையைப் பூர்த்தி செய்யாமல் ஏன் திரும்பி விட்டீர்கள்?" என அடுக்கடுக்காகக் கேள்விகள் கேட்டு அவர்கள் அவரைத் துளைத்து எடுத்து விட்டனர்.

அவரோ எல்லாவற்றிற்கும் சுருக்கமாகத்தான் பதில் கூறினார். ''நான் என் பிரார்த்தனையைச் செலுத்துவதைக் கடவுள் விரும்பவில்லை போலும். நான் கொண்டுபோன பணத்தை வழியில் இழந்து விட்டேன். என் நண்பரை விட்டும் பிரிந்து விட்டேன். மேற்கொண்டு பயணத்தைத் தொடர என்னால் இயலவில்லை. கிறிஸ்துவுக்காக என்னை நீங்கள் எல்லோரும் மன்னித்து விடுங்கள்.''

வீட்டில் மனைவியிடம் மீதமுள்ள பணத்தைக் கொடுத்தார். வீட்டில் தான் இல்லாதபோது நடந்த விஷயங்களைப்பற்றி விசாரித்தார். எல்லாம் அதுவரை எந்தத் தடங்கலும் இல்லாமல் நன்றாகவே நடைபெற்றிருந்தன. அவர் இல்லாததால் வேலைகள் எதுவும் தடைப்படவில்லை.

எபிம் வீட்டினர் வந்து அவரை விசாரித்தார்கள்.

"நாங்கள் இருவரும் பிரியும்பொழுது அவர் நன்றாகத்தான் இருந்தார். செயின்ட் பீட்டர் விருந்துக்கு முந்தைய நிலைமை அது. பிறகு அவருடன் சேர்ந்து கொள்ள விரும்பினேன். இதற்கு நடுவில் நடந்த பல சம்பவங்களால் என்னிடமிருந்த பணத்தை இழந்தேன். அதனால் பயணத்தைத் தொடர முடியாமல் திரும்பி விட்டேன்" என்றார்.

அறிஞரான அவர் தன் பிரார்த்தனையைப் பூர்த்தி செய்யாமல் திரும்பி வந்ததைக் கண்ட அனைவருக்கும் வியப்பாக இருந்தது. நாளாக நாளாக நடந்தவற்றையெல்லாம் அவர்கள் மறந்து போய் விட்டார்கள்.

வழக்கம் போல் தன் வேலைகளைக் கவனிக்கத் தொடங்கினார் எலிஜா. மழைக்காலத்துக்கான விறகைச் சேகரிக்கத் தன் மகனுக்கு உதவி புரிந்தார். குதிரைக் கொட்டிலுக்குப் பதிலாகக் கூரை வேய்ந்தார்; தேனீ வளர்த்தார். அவரது வாழ்க்கை இயல்பாக நகர்ந்து கொண்டிருந்தது.

எலிஜா தண்ணீர் அருந்தி விட்டு வருவதாகக் கூறிச் சென்ற தினத்தில் எபிம் அவர் வருகைக்காகக் காத்திருந்தார். சிறிது தூரம் சென்றபின் அவரும் வரட்டுமே என ஓர் இடத்தில் போய் அமர்ந்தார். அங்கேயே சிறிது நேரம் தூங்கி ஓய்வு எடுத்துக் கொண்டார். அதற்குப் பிறகும் அங்கு எலிஜா வரவே இல்லை.

இருந்தாலும் பொழுது சாயும்வரை தன் நண்பருக்காக அங்கேயே காத்திருந்தார்.

அப்போதும் அவர் வராது போகவே எபிம் பலவாறாக யோசிக்க ஆரம்பித்து விட்டார். 'என்னைக் கவனிக்காமல் அவர் என்னைக் கடந்து போயிருப்பாரோ? ஏதேனும் வண்டியில் ஏறிக்கொண்டு என்னைப் பாராமல் வேகமாகப் போய் விட்டிருப்பார் போலிருக்கிறது. அவரைத் தேடி வந்த வழியே திரும்பிப் போவதில் பலன் இருக்குமா? நாம் மேலே போய்க் கொண்டிருக்கலாம். அடுத்த ஊரில் ஒருவேளை அவரை நாம் சந்தித்தாலும் சந்திக்கலாம்.' இப்படியெல்லாம் ஓடியது அவரது சிந்தனை.

அன்று இரவு ஒரு கிராமத்தில் தங்கியவர் அங்கிருந்தவர்களிடம் எலிஜாவின் அடையாளங்களைக் கூறி விசாரித்துப் பார்த்தார். அப்படி யாரையும் அவர்கள் பார்க்கவில்லை என்ற பதிலே கிடைத்தது.

மறுநாள் காலையில் தன் பயணத்தைத் தொடர்ந்தார் எபிம். வழியில் ஒரு துறவியைச் சந்தித்தார். அவருடன் பேச்சுக் கொடுத்ததில் அவர் ஜெருஸலத்துக்கு இரண்டாவது முறையாகப் போய்க் கொண்டிருந்தார் என்பது தெரிந்தது. இருவரும் சேர்ந்து அங்கு போவது என்று முடிவு செய்து கொண்டனர். அவர்கள் இருவரும் அன்று ஓடெஸ்ஸாவுக்குப் போய்ச் சேர்ந்தனர். அங்கே கப்பலுக்காக மூன்று நாட்கள் காத்திருந்தனர். அவர்களைப் போலவே ரஷ்யாவின் பல பகுதியிலிருந்தும் யாத்ரீகர்கள் பலர் அங்கு வந்திருந்தார்கள். அவர்களிடமும் எலிஜாவைப் பற்றி விசாரித்துப் பார்த்தார். அவரைப் பற்றிய எந்த ஒரு தகவலும் கிடைக்கவில்லை.

கப்பல் பணத்துக்கான கட்டணத்தைக் கொடுக்காமலேயே பயணம் செய்வதற்கான யுக்தி ஒன்றைத் துறவி அவருக்குச் சொல்லிக் கொடுத்தார். எபிம் அதை ஏற்கவில்லை. 'என்னிடம் போதிய பணம் இருக்கிறது. நான் அதிலிருந்து கொடுக்கிறேன்.' என்று கூறி, போக வர நாற்பது ரூபிள் கட்டணம் செலுத்தி இரசீது பெற்றுக் கொண்டார்.

பயணிகளை ஏற்றிக் கொண்டு கப்பல் புறப்பட்டது. கடல் அலை காரணமாக இப்போது கப்பல் ஆட்டம் கண்டது.

மூன்றாவது நாள்தான் அமைதி ஏற்பட்டது. ஐந்தாவது நாள் கப்பல் கான்ஸ்டாண்டிநோபிளை அடைந்தது. பல யாத்ரீகர்கள் அங்கே இறங்கி செண்ட் சோபியா கோயிலுக்குச் சென்றனர். எபிம் மட்டும் இறங்காமல் கப்பலிலேயே இருந்தார். இருபத்து நான்கு மணி நேரம் கழித்து கப்பல் மீண்டும் புறப்பட்டது. தடை எதுவும் இல்லாமல் அவர்கள் இறங்க வேண்டிய ஜாஃபா துறைமுகத்தை அடைந்தனர். அங்கிருந்து ஜெருஸலம் ஐம்பது மைல் தொலைவில் இருந்தது.

யாத்ரீகர்கள் எல்லோரும் ஆழமில்லாத இடத்தில் இறங்கிக் கொண்டு தங்கள் நடைப் பயணத்தை மேற்கொண்டனர். நான்காவது நாள் ஜெருசலத்தை அடைந்தனர். ரஷ்ய விடுதிக்குச் சென்று உணவு அருந்தினர். யாத்ரீகர்கள் முக்கியமாகத் தரிசிக்க வேண்டிய புனிதமான இடங்களுக்கு அவர்களைக் கூட்டிச் சென்றார் துறவி. புனித சமாதிக்குச் செல்வதற்கு மட்டும் அவர்களுக்கு அனுமதி கிடைக்கவில்லை. மற்ற இடங்களை யெல்லாம் பார்த்து விட்டு ரஷ்ய விடுதிக்குத் திரும்பினார்கள்.

விடுதிக்குள் நுழைந்ததும் துறவி தன்னுடைய மூட்டையைத் துழாவிப் பார்த்து விட்டு, 'என்னுடைய பணப்பையை யாரோ திருடிக் கொண்டு விட்டார்கள்! அதில் இருபத்து மூன்று ரூபிள்கள் இருந்தன' என்று சிறிது நேரம் கூச்சலிட்டு ஆர்ப்பாட்டம் செய்தார். அதனால் பலன் எதுவும் ஏற்பட வில்லை. அனைவரும் தூங்கச் சென்றார்கள்.

எபிம் படுத்துக் கொண்டே பலவற்றைப் பற்றியும் யோசிக்கலானார்.

'திருட்டுப் போகத் துறவியிடம் அப்படி என்னதான் இருக்கப் போகிறது? எனக்கு அவர் பேச்சில் நம்பிக்கை இல்லை. அவர் இதுவரை ஒரு காசுகூட எங்குமே செலவழிக்கவில்லை. எல்லா இடங்களிலும் என்னையல்லவா பணம் கொடுக்கச் சொன்னார். என்னிடமிருந்து ஒரு ரூபிள் கடனாக வேறு வாங்கினாரே.'

திடீரென்று அவரது இந்த சிந்தனை தடைப்பட்டது.

'மற்றவர்களைப் பற்றித் தீர்ப்புக் கூற நான் யார்? அது பாவமான காரியம். இனிமேல் இம்மாதிரியான நினைவுகளுக்கு

உள்ளத்தில் இடம் கொடுக்கக்கூடாது' எனத் தன்னைத்தானே கடிந்து கொண்டார்.

மறுநாள் காலையில் எழுந்ததும் எல்லோரும் புனித சமாதி உள்ள கோயிலுக்குச் சென்றார்கள். எபிம்கூடத் துறவியும் அங்கு சென்றார். துறவிகள், யாத்ரீகர்கள், ரஷ்யர்கள், கிரேக்கர்கள், ஆர்மீனியர்கள், துருக்கியர்கள், ஸிரியர்கள் ஆகிய பல தரப்பட்டவர்களும் அங்கு திரளாக வந்திருந்தனர்.

அங்கிருந்த கதவைக் கடந்து உள்ளே நுழைந்து, கிறிஸ்துவைச் சிலுவையிலிருந்து அகற்றிய இடத்திற்கு எபிம் சென்றார். அந்த இடத்தில் ஒன்பது மெழுகுவர்த்திகள் ஏற்றப்பட்டு இருந்தன. அவரும் தன் பங்குக்கு ஒரு மெழுகுவர்த்தியை கொளுத்தி வைத்து விட்டுச் சிலுவை இருந்த இடத்துக்குச் சென்று, முழந்தாளிட்டு அமர்ந்து பிரார்த்தனை செய்தார். இப்படியாகக் கிறிஸ்துவுடன் தொடர்புடைய ஒவ்வொரு இடமாக அவர்கள் பார்த்துக் கொண்டே போனார்கள்.

எபிம் துறவியிடமிருந்து தனித்து இருக்க விரும்பினார். ஆனால் அவரோ இவரை விடாமல் தொடர்ந்தார். சிறிது முன்னேறிச் சமாதிக்கு அருகில் சென்று விடலாமென்று எபிம் முயன்றார். ஆனால் அது முடியவில்லை. முன்னும் பின்னும் ஒரு அடிகூட எடுத்து வைக்க முடியாதபடி கூட்டம் அவரை நெருங்கியது. எதிரே இருந்த சமாதியைக் கண்கள் பார்த்துக் கொண்டிருந்த போதிலும், பணப்பை பத்திரமாக இருக்கிறதா என்பதிலேயே அவருடைய கவனமெல்லாம் இருந்தது.

அவருடைய கண்கள் சமாதியை வெறித்துப் பார்த்துக் கொண்டிருந்தன. சமாதியின் மீது இப்போது முப்பத்தாறு வத்திகள் எரிந்து கொண்டிருந்தன. தனக்கு முன்னால் இருந்தவர்களின் தலைக்கு மேல் அவர் பார்த்துக் கொண்டிருந்தபோது அதிசயம் ஒன்று நிகழ்வதை அவர் கண்டார். விளக்குகளுக்குக் கீழே கூடியிருந்தவர்களின் தலைக்கு மேலாக ஒரு கிழவர் இருப்பதை அவர் கண்டார். அந்த உருவத்தின் வழுக்கைத் தலை எலிஜாவுடையதைப் போலவே இருந்தது. எலிஜாவை அப்படியே வார்த்தெடுத்தது போலவே இருந்தது அந்த உருவம். 'நிச்சயமாக எலிஜா எனக்கு முன்னால் இங்கே வந்திருப்பதற்குச்

சாத்தியமில்லை. இதற்கு முந்திய கப்பலிலும் அவர் வந்திருக்க முடியாது. ஒரு வாரத்துக்கு முன்பே அந்தக் கப்பல் வந்து விட்டது. நான் வந்த கப்பலிலும் அவர் வந்திருக்க முடியாது. ஒவ்வொரு பிரயாணியையும் நான் கூர்ந்து பார்த்துக் கொண்டுதானே வந்தேன். இப்படியாக அவருடைய சிந்தனை ஓடிக் கொண்டிருந்தபோது அவருக்கு எதிரே தெரிந்த உருவம் பிரார்த்தனையில் ஈடுபட்டது. நேருக்கு நேராக அதை இப்போது பார்க்க முடிந்தது. சந்தேகமே இல்லை. அது எலிஜாவேதான்! அதே புருவம்; அதே மூக்கு; சுருண்ட கேசமுள்ள தாடி; அது வேறு யாரும் இல்லை. அவர் எலிஜாவேதான்.

தன் நண்பரைக் கண்டுபிடித்து விட்ட மகிழ்ச்சி எபிம் மனதில் பொங்கியது. தனக்கு முன்னால் அவர் அங்கு எப்படி வந்தார் என்று அவருக்கு வியப்பு ஏற்பட்டது. 'எப்படியோ அவர் என்னைத் தாண்டி வந்திருக்க வேண்டும். வெளியில் போகும்போது எப்படியாவது அவரைப் பிடித்து விடலாம். பிறகு இருவரும் ஒன்றாகவே இருக்கலாம் என்று நினைத்துக் கொண்டார். அந்த நேரத்தில் பிரார்த்தனை முடிந்து கூட்டம் வெளியேறத் தொடங்கியது. அந்த நெரிசலில் எபிம் ஒரு மூலையில் தள்ளப்பட்டார். பிறகு பணப்பையைக் கெட்டியாகப் பிடித்துக் கொண்டே சிரமத்தோடு வெளியே வந்தார். எலிஜாவை அங்குமிங்கும் தேடினார்; எங்கேயும் அவரைக் காணவில்லை. அங்கே உள்ள விடுதிகள் எல்லா வற்றுக்கும் சென்று தேடினார். அந்த முயற்சி பலனளிக்கவில்லை. சோர்வுடன் தன் இடத்துக்கு வந்து சேர்ந்தார்.

துறவி அன்று இரவு விடுதிக்குத் திரும்பி வரவில்லை. கடனாகப் பெற்ற ஒரு ரூபிளைக் கூடக் கொடுக்காமலேயே அவர் எங்கேயோ போய் விட்டார்.

எபிம் மறுநாளும் புனித சமாதிக்குச் சென்றார். முதல் நாள் பார்த்த அதே இடத்தில் இன்றும் அவர் எலிஜாவின் உருவத்தைக் கண்டார். அவருடைய வழுக்கைத் தலையானது தீப ஒளியில் அன்றும் பளபளத்துக் கொண்டிருந்தது. இந்தத் தடவை அவரை விட்டு விடக்கூடாது என்பதில் மிகவும் உறுதியோடு இருந்தார். ஆனால் எலிஜா அன்றைக்கும் எப்படியோ அவர் பார்வையி லிருந்து மறைந்து விட்டார்.

மூன்றாம் நாளும் தொடர்ந்து எபிம் கோயிலுக்குச் சென்றார். அதே இடத்தில் முன்போலவே அன்றும் எலிஜாவைக் காணும் வாய்ப்பு அவருக்கு ஏற்பட்டது. இம்முறை கிடைத்த சந்தர்ப்பத்தை நழுவ விடக்கூடாது என எண்ணியபடியே கதவு அருகில் நின்று கொண்டு அவரை வைத்த கண் வாங்காமல் கூர்ந்து கவனித்துக் கொண்டிருந்தார். சிறிது நேரத்தில் எலிஜாவை அந்த இடத்தில் காணவில்லை.

ஜெருஸலத்தில் ஆறு வாரங்கள் எபிம் தங்கி இருந்தார். அங்குள்ள புனித இடங்களையெல்லாம் தரிசித்தார். தன்னுடைய சமாதிக்காகப் பிரேத அங்கி ஒன்றில் முத்திரையிட்டு அதைப் பெற்றுக் கொண்டார்.

ஜோர்டானில் ஒரு சொம்பில் புண்ணிய தீர்த்தமும் சிறிது புனித மண்ணும் எடுத்துக் கொண்டு வீட்டிற்குத் திரும்புவற்குப் போதுமான பணத்தை மட்டும் கையில் வைத்துக் கொண்டு மீதியைச் செலவிட்டார். கப்பலில் பிரயாணம் செய்து துறை முகத்தை அடைந்தவர் அங்கிருந்து தனது நடைப் பயணத்தைத் தொடர்ந்தார்.

ஊர் நெருங்க நெருங்க அவருடைய குடும்பக் கவலைகள் அதிகரித்தன. இந்த இடைப்பட்ட காலத்தில் ஊரில் என்னவெல்லாம் நடைபெற்றிருக்குமோ? ஒரு வீட்டைக் கட்டி முடிக்கப் பல நாட்கள் ஆகும். ஆனால், ஒரே நாளில் அதை இடித்துத் தள்ளி விடலாம், அல்லவா? தன் மகன் இந்த இடைக்காலத்தில் என்ன செய்து வைத்திருக்கிறானோ என்று யோசித்தபடியே நடந்தார்.

எலிஜாவை விட்டுத் தான் பிரிந்த கிராமத்திற்கு மறுபடியும் வந்தார். அங்கே எல்லாம் மாறிப் போயிருந்தது. சென்ற ஆண்டு அங்கே நிலவிய பஞ்சமும் பிணியும் போய், இவ்வாண்டு விளைச்சல் பெருகி, வளப்பமாகக் காணப்பட்டது அந்தக் கிராமம். அதனால் தங்கள் துன்பங்களை மறந்து மக்கள் மகிழ்ச்சியோடு அவரவர் வேலைகளைக் கவனித்துக் கொண்டிருந்தனர்.

எபிம் கையைப் பிடித்து இழுத்த சிறுமி ஒருத்தி, "தாத்தா, தாத்தா! எங்கள் வீட்டுக்கு வாருங்கள்!" என்று அழைத்தாள்.

அவரும் அவளுடன் சென்றார். தண்ணீர் குடிக்க எலிஜா சென்ற அதே வீடுதான் அது! வீட்டினுள்ளிருந்து ஒரு பெண் வெளியே வந்து, அவரை அன்போடு வரவேற்று, உணவு உண்ணுமாறு வற்புறுத்தினாள். எலிஜாவைப் பற்றிய செய்தி ஏதாவது இவர்களிடமிருந்து கிடைக்கலாம் என்று எண்ணியபடி எபிம் உள்ளே சென்று அமர்ந்தார். பலகாரங்களும் பாலும் கொண்டுவந்து வைத்து அவர்கள் உபசரித்தனர். ஒரு யாத்ரீகரிடம் இவ்வளவு பரிவு காட்டும் அவர்களுடைய அன்பை மிகவும் பாராட்டினார் எபிம்.

"கடவுளைப் பற்றி மறந்துவிட்டு நாங்கள் வாழ்ந்து வந்தோம். அதனால் மரண வாசலை நெருங்கும்படி அவர் எங்களைத் தண்டித்து விட்டார். சென்ற ஆண்டு பசியும் பிணியும் எங்களை மிகவும் வாட்டி எடுத்ததால் எங்கள் நிலைமை படுமோசமாகி விட்டது. எல்லோருமே படுத்த படுக்கையானோம். உங்களைப் போன்ற யாத்ரீகர் ஒருவரைக் கடவுள் இங்கே அனுப்பி வைக்காமல் இருந்திருந்தால், நாங்கள் அனைவரும் இந்நேரம் மடிந்து போயிருப்போம். தண்ணீர் கேட்பதற்காக இவ்வீட்டினுள் நுழைந்த அவர், எங்களுடைய மோசமான நிலையைப் பார்த்து எங்கள் மேல் இரக்கம் கொண்டு, இங்கேயே தங்கியிருந்து எங்களுக்கு உணவு அளித்து எங்கள் பசியைப் போக்கி, உயிர் பிழைக்கச் செய்ததோடு, எங்கள் நிலத்தை மீட்டுத் தந்ததுடன் எங்களுக்கு குதிரையும் வண்டியும் வாங்கிக் கொடுத்தார். இவ்வளவையும் எங்களுக்கு செய்த அவர் எங்கோ மறைந்து விட்டார்!" என்றாள்.

அப்பொழுது அங்கே வந்த கிழவி, "அவர் மனிதர்தானா? அல்லது கடவுளிடமிருந்து வந்த தேவதையா? என்பதை இன்றுவரை எங்களால் அறிய முடியவில்லை. எங்களை அவர் மிகவும் நேசித்தார். எங்கள் மீது இரக்கம் காட்டினார். ஆனாலும் தான் யார் என்பதைச் சொல்லாமலேயே போய் விட்டார். அன்று நடந்தது இன்றும் என் கண் முன்னே நிற்கிறது!" என்று நடந்தது எல்லாவற்றையும் விவரித்தாள்.

இருட்டும் சமயம் அந்தக் குடும்பத்தின் தலைவன் வயலிலிருந்து திரும்பி வந்தான். எலிஜாவை அவனும் பெரிதும் புகழ்ந்தான். "அவர் மட்டும் வராமல் இருந்திருந்தால் நாங்கள் பாவிகளாகவே மாண்டு போயிருப்போம்; அந்த மகான்தான்

எங்களுக்கெல்லாம் கடவுள் நம்பிக்கையை ஊட்டினார். கர்த்தர் அவரைக் காப்பாற்றுவாராக! மிருகங்களாக வாழ்ந்த எங்களை அவர்தான் மனிதராக்கினார்!" என்றான்.

எல்லோரும் எபிமைப் பெரிதும் உபசரித்தார்கள். இரவு உணவுக்குப் பிறகு அவர்கள் படுக்கச் சென்றனர். எபிமுக்கு மட்டும் தூக்கம் வரவில்லை. அவரால் எலிஜாவை மறக்கவே முடியவில்லை. ஜெருஸலத்தில் கண்ட காட்சி இப்போதும் அவர் கண்முன்னே வந்து நின்றது.

'என்னைக் கடந்து அவர் எங்கோ சென்றிருக்க வேண்டும். எது எப்படியோ? கடவுள் என்னுடைய பிரார்த்தனையை ஏற்றுக் கொண்டிருந்தாலும் ஏற்றுக்கொள்ளாவிட்டாலும் எலிஜாவின் பிரார்த்தனையை ஏற்றுக் கொண்டு விட்டார்' என்று மனதுக்குள் எண்ணிக் கொண்டார்.

காலையில் அவரிடமிருந்து விடை பெற்றுக்கொண்டார் எபிம். அவருடைய பை நிறையப் பலகாரங்களை நிரப்பி அவரை அன்போடு வழியனுப்பி வைத்தனர் அந்தக் குடும்பத்தினர்.

வீட்டிலிருந்து யாத்திரை சென்ற ஒரு ஆண்டுக்குப் பிறகு அப்போதுதான் எபிம் ஊருக்குத் திரும்பியிருந்தார். மாலை நேரம் அது. மகன் வீட்டில் இல்லை. இரவு வெகு நேரத்துக்குப் பிறகு தான் குடிபோதையில் அவன் வீட்டுக்கு வந்தான். அவர் கேட்ட கேள்விகளுக்கு அவன் சரியாகப் பதில் கூறவில்லை. ஒரு வேலையையும் அவன் சரியாகச் செய்து முடிக்கவில்லை. பணத்தையெல்லாம் வீணாக்கி விட்டிருந்தான். மேற்கொண்டு அவர் கேள்விகளுக்கெல்லாம் முரட்டுத்தனமாகப் பதில் சொன்னான். அதனால் கோபமடைந்த எபிம் அவனை அடித்து விட்டார்.

மறுநாள் எலிஜாவைக் காண்பதற்கு அவர் வீட்டுக்குச் சென்றார். எலிஜாவின் மனைவி அவரை அன்புடன் வரவேற்று, ''நல்லபடியாகப் போய் வந்தீர்களா?'' என்று அன்போடு விசாரித்தாள்.

"எல்லாம் கடவுளின் கருணை. சுகமாக வந்து சேர்ந்தேன். உன் அருமைக் கணவரைத்தான் எப்படியோ பிரிந்து விட்டேன். அவர்

திரும்பி வந்து விட்டாராமே! அவர் எங்கே" என ஆவலோடு விசாரித்தார் எபிம்.

"இப்போது அவர் தேனீ வளர்ப்பதில் மும்முரமாக ஈடுபட்டிருக்கிறார். உங்களைப் பார்த்தால் மிகவும் மகிழ்ச்சி அடைவார்; உள்ளே வாருங்கள்" என அழைத்தாள்.

எபிம் எலிஜாவைத் தேடி தோட்டத்துக்குச் சென்றார். அங்கே எலிஜா நின்று கொண்டிருந்த காட்சி ஜெருஸலத்தில் அவரைக் கண்ட அதே தோற்றத்தை நினைவூட்டும் வகையில் அமைந்திருந்தது. இலைகளின் மத்தியில் புகுந்து வந்த சூரிய ஒளி அவருடைய வழுக்கைத் தலையில் பட்டு அந்த சமயத்தில் பளபளத்துக் கொண்டிருந்தது. தேனீக்கள் அவர் மேனியைக் கடிக்காமல் மொய்த்துக் கொண்டு இருந்தன. அக்காட்சியை மெய்ம்மறந்து அப்படியே பார்த்துக் கொண்டிருந்தார் அவர்.

"உங்களைக் காண ஒரு நண்பர் வந்திருக்கிறார்" என எலிஜாவின் மனைவி அவரிடம் போய்ச் சொன்னாள்.

திரும்பிப் பார்த்தார் எலிஜா. நண்பரைக் கண்டதும் அவர் முகம் மலர்ந்தது. அவரை வரவேற்க ஆவலோடு ஓடி வந்தார். "நண்பரே! உங்களைப் பார்த்ததில் மிக்க மகிழ்ச்சி; நலமாக வந்து சேர்ந்தீர்களா?" என வினவினார்.

"சுகமாக வந்து சேர்ந்தேன்; உங்களுக்காக ஜோர்டானிலிருந்து புனித தீர்த்தம் கொண்டு வந்திருக்கிறேன். ஒரு நாள் வீட்டுக்கு வந்து அதைப் பெற்றுக் கொள்ளுங்கள். என்னுடைய பிரார்த்தனையைக் கடவுள் ஏற்றுக் கொண்டாரா? இல்லையா என்று எனக்குத் தெரியவில்லை."

"நிச்சயமாக... நிச்சயமாக உங்கள் பிரார்த்தனையை அவர் ஏற்றுக் கொண்டிருப்பார். ஏசுவின் கருணையே கருணைதான்."

சிறிது மௌனத்துக்குப் பின் எபிம் கூறினார்: "என்னுடைய கால்கள்தான் என்னை அங்கே அழைத்துச் சென்றன. ஆனால் என் மனம் மட்டும் ஏதேதோ சிந்தனைகளில் லயித்திருந்தது. என் ஆத்மா அங்கே நிலைத்திருந்ததா என்பது பற்றி எனக்குத் தெரியாது!"

"அது தெய்வீகத் தன்மை... தெய்வீகத் தன்மை!" என்றார் எலிஜா.

"நான் புனிதப் பயணம் முடிந்து திரும்பி வரும்பொழுது, நாம் பிரிந்த கிராமத்தில் நீங்கள் தங்கிச் சென்ற அந்தக் குடிசையில் தான் தங்கினேன்."

இதைக் கேட்டதும் எலிஜா பயந்தவரைப் போல் காணப் பட்டார். "அதுவும் கடவுள் செயல்தான், நண்பரே!" என்று கூறி விட்டுப் பேச்சை அதிலிருந்து மாற்றினார்.

"வீட்டுக்குள் வாருங்கள். நல்ல தேன் தருகிறேன்" என்றார். பிறகு குடும்ப விஷயங்களைப் பற்றி அவர் பேசத் தொடங்கி னார். நெடு நேரம்வரை அவர்கள் பலதையும் பற்றிப் பேசிக் கொண்டிருந்தனர்.

எபிம் பெருமூச்சுடன், கிராமத்தில் அந்தக் குடிசையில் தங்கியிருந்த குடும்பத்தினரைத் தான் சந்தித்ததையும் ஜெருஸ லத்தில் தான் எலிஜாவைக் கண்டதையும் பற்றிக் கூறவில்லை. ஆனால் ஒரு விஷயத்தை மட்டும் அவர் தெளிவாகப் புரிந்து கொண்டார்.

அது என்ன?

பிறரிடம் அன்பு செலுத்துவது; நற்காரியங்களைச் செய்வது; இவற்றின் மூலமே ஒவ்வொருவரும் இந்த உலகத்தில் தாங்கள் பட்டுள்ள கடனைத் தீர்க்க முடியும் என்பது கடவுளின் கட்டளை என்பதுதான் அது.

❐ ❐ ❐

உலகப் புகழ்பெற்ற
டால்ஸ்டாய் நீதிக்கதைகள்

7 பாவ மன்னிப்பு

"மனிதனுடைய பலவீனங்களைப் பற்றியும் கடவுளின் கருணை யுள்ளம் பற்றியும் தயவு செய்து நினைவு கூர்ந்து பாருங்கள், டேவிட் மன்னரே! கடவுள் தங்களை நேசித்தார்; மற்றவர் களைவிட உயர்வானதொரு நிலை யில் தங்களை வைத்தார். தங்க ளுக்கு அரசு, புகழ், செல்வம், மனைவி, மக்கள் ஆகிய அனைத் தும் இருந்தும், ஒரு ஏழையின் மனைவியை அடைய நினைத்தீர் கள். உரையாவின் மனைவியை நீங்கள் அபகரித்ததோடு மட்டு மில்லாமல் அவனையும் கொன்று விட்டீர்கள். என்னுடைய நிலையும் அத்தகையதுதான். ஆகவே என்னிடம் இரக்கம் காட்டுங்கள்."

பாவ மன்னிப்பு

■ பாவத்தின் சம்பளம் நரகம்

ஒருவன் தனது எழுபது வயதுவரை இந்த உலகில் உயிர் வாழ்ந்தான்.

அவனுடைய வாழ்நாள் முழுவதும் பாவத்திலேயே கழிந்தது.

ஒரு நாள் அவன் நோயில் விழுந்தான். அந்த நிலையிலும் அவன் தன்னுடைய பாவச் செயல்களுக்காகச் சிறிதளவும் வருந்தவில்லை.

மரணம் கொஞ்சம் கொஞ்சமாக அவனை நெருங்கியது. அந்த சமயத்தில் அவன், "தேவனே! சிலுவையிலிருந்து கொண்டு தாங்கள் திருடனை மன்னித்தது போல, என்னையும் மன்னியுங்கள்!" என்று கூறும் அளவுக்கு அவனுக்கு அவகாசம் இருந்தது. ஆனாலும் அவன் அப்படியெல்லாம் சொல்லவில்லை.

அந்தப் பாவியினுடைய ஆத்மாவானது ஆண்டவனை நேசித்ததாலும், அவருடைய கருணையில் பெரிதும் நம்பிக்கை வைத்திருந்ததாலும், சுவர்க்கத்தின் வாசல் வரையிலும் அது வந்து சேர்ந்தது.

அங்கு வந்து சேர்ந்ததும் அந்தப் பாவி, சுவர்க்கத்தின் கதவைத் தட்டித் தன்னை உள்ளே அனுமதிக்கும்படி வேண்டினான்.

அப்போது கதவுக்குப் பின்புறமிருந்து ஒரு குரல், "சுவர்க்கத்தின் கதவைத் தட்டுகிறவன் எத்தகையவன்? வாழ்நாளில் அவன் செய்துள்ள காரியங்கள் என்னென்ன?" என்று கேட்டது.

அவன் அதுவரைச் செய்த பாவச் செயல்கள், செய்த குற்றங்கள் எல்லாவற்றையும் பற்றி விவரித்து விட்டு, நல்ல காரியம் ஒன்றைக்கூட அவன் செய்யவில்லை என்றது எங்கிருந்தோ வந்த இன்னொரு குரல்.

"பாவிகள் யாரும் இங்கே வர முடியாது. அதனால் இங்கிருந்து நீ உடனே போய் விடு!" என்று கூறியது முதலில் பேசிய குரல்.

"நீதிபதி அவர்களே! தங்கள் குரல் மட்டும்தான் கேட்கிறது; உங்கள் முகத்தை என்னால் காண இயலவில்லையே! தங்கள் பெயரும் எனக்குத் தெரியவில்லையே!" என உரக்கக் கத்தினான் அந்தப் பாவி மனிதன்.

"நான்தான் அப்போஸ்தலர் பீட்டர்!" என்று பதிலளித்தது அந்தக் குரல்.

"மனிதர்களின் பலவீனத்தையும் ஆண்டவனின் கருணையையும் மனதில் வைத்து என்னிடம் இரக்கம் காட்டுங்கள். தாங்கள் ஏசுநாதரின் சீடர் அல்லவா? அவருடைய போதனைகளைத் தாங்கள் கேட்டதில்லையா? அவர் தன் வாழ்க்கையில் நடந்து கொண்டதைத் தாங்கள் கண்டதில்லையா? ஒரு சமயம் அவர் மனம் வேதனையுடனிருந்தபோது விழித்திருந்து பிரார்த்தனை செய்யும்படி அவர் தங்களைக் கேட்டுக் கொண்டபோதிலும், தாங்கள் அவ்வாறு செய்யாமல் தூங்கப் போய்விட்டீர்களே. தங்களுக்கு அது நினைவில் இல்லையா? கடைசிவரை விசுவாசமாக இருப்பதாக அவரிடம் உறுதி கூறியிருந்தும், அவரைக் கயபாஸ் முன்னே அழைத்துச் சென்றபோது, மூன்று முறை அவரைக் கைவிட்டது உங்களது நினைவுக்கு வரவில்லையா? கோழி கூவியதும் தாங்கள் வெளியே சென்று அழுததைப் பற்றியும் சிறிது நினைத்துப் பாருங்கள். என் நிலையும் இப்போது அப்படிப்பட்டதுதான்! என்னை உள்ளே விட மாட்டேனென்று நீங்கள் மறுக்க முடியாது" என்றான் அந்தப் பாவி.

கதவுக்குப் பின்னால் இருந்து கொண்டு கேள்வி கேட்ட குரல் இப்பொழுது மௌனமாகி விட்டது.

அவன் சிறிது நேரம் பொறுத்திருந்தான். எதுவும் நடப்பதாகத் தெரியவில்லை. அதனால் பொறுமையிழந்து மீண்டும் சுவர்க்கத்தின் கதவைத் தட்டித் தன்னை உள்ளே அனுமதிக்குமாறு வேண்டினான்.

"யார் இந்த மனிதன்? இவன் எப்படிப்பட்ட வாழ்க்கை வாழ்ந்தான்" என்று உள்ளேயிருந்து ஒரு குரல் கேட்டது.

அதற்கு முதலில் பதில் கூறிய அதே குரல் அவன் செய்த பாவச் செயல்களையும் குற்றங்களையும் பற்றி வரிசையாகக் கூறியது. அவன் செய்த நல்ல காரியம் என்று எதையும் அது கூறவில்லை.

"இங்கிருந்து உடனே போய் விடு. உன்னைப் போன்ற பாவிகளுக்கு இங்கே இடம் கிடையாது. சுவர்க்கத்தில் எங்களுடன் சேர்ந்து நீ ஒருபோதும் வாழ முடியாது!" என்று கூறியது உள்ளே இருந்து வந்த ஒரு குரல்.

"தங்கள் குரல் மட்டும்தான் எனக்குக் கேட்கிறது. ஆனால் தங்களை என்னால் கண்ணால்கூடக் காண இயலவில்லை! தங்கள் பெயரும் எனக்குத் தெரியவில்லை" என்றான் அந்தப் பாவி.

"நான்தான் தீர்க்கதரிசி டேவிட்!" என்றது உள்ளே இருந்து வந்த அந்தக் குரல்.

"மனிதனுடைய பலவீனங்களைப் பற்றியும் கடவுளின் கருணையுள்ளம் பற்றியும் தயவு செய்து நினைவு கூர்ந்து பாருங்கள், டேவிட் மன்னரே! கடவுள் தங்களை நேசித்தார்; மற்றவர்களைவிட உயர்வானதொரு நிலையில் தங்களை வைத்தார். தங்களுக்கு அரசு, புகழ், செல்வம், மனைவி, மக்கள் ஆகிய அனைத்தும் இருந்தும், ஒரு ஏழையின் மனைவியை அடைய நினைத்தீர்கள். உரையாவின் மனைவியை நீங்கள் அபகரித்ததோடு மட்டுமில்லாமல் அவனையும் கொன்று விட்டீர்கள். என் நிலையும் அத்தகையதுதான். ஆகவே என்னிடம் இரக்கம் காட்டுங்கள். தாங்கள் செய்த பாவங்களுக்காக வருந்தி, 'அவையாவும் என் கண் எதிரில் நிற்கின்றன!' என்று தாங்கள் கூறியது தங்கள் நினைவில் இல்லையா? நானும் தாங்கள் வருந்தியதைப்போலத்தான் வருந்துகிறேன். அப்படியிருக்கையில் என்னை ஏன் உள்ளே அனுமதிக்க இயலாது என்று கூறுகிறீர்கள்" என்றான் பாவி.

கதவின் பின்னாலிருந்து கேட்ட குரல் இதைக் கேட்டதும் மௌனமாகி விட்டது.

அதனால் சற்றுத் தைரியமடைந்த அந்தப் பாவி, மறுபடியும் கதவைத் தட்டித் தன்னை உள்ளே விடும்படி வேண்டினான்.

"யார் இந்த மனிதன்? இவன் எத்தகைய வாழ்க்கை நடத்தினான்?" என மூன்றாவதாக ஒரு குரல் உள்ளே இருந்து கேட்டது.

அதற்குப் பதில் அளிக்கும் வகையில் அவன் செய்த பாவங்களையெல்லாம் வரிசையாகக் கூறிக் கொண்டே வந்தது மற்றொரு குரல்.

"இத்தகைய கொடுமைகள் செய்த பாவிகள் சுவர்க்கத்துக்குள் வர முடியாது!" என்றது அந்தக் குரல் உள்ளே இருந்தபடி.

"தங்கள் குரல் மட்டும் கேட்கிறது; ஆனால் உங்கள் உருவம் மட்டும் என் கண்ணுக்குத் தெரியவில்லை. தங்கள் பெயரையும் நான் அறியேன்!" என்றான் பாவி மறுபடியும்.

"நான்தான் ஜான். ஏசுநாதருக்குப் பிரியமான சீடன்!" என்றது உள்ளே இருந்து வந்த குரல்.

பாவி அதைக் கேட்டதும் மிகுந்த மகிழ்ச்சியடைந்தான். அந்த மகிழ்ச்சி குரலில் தொனிக்க,

"தாங்கள் நிச்சயம் என்னை உள்ளே விட மறுக்க மாட்டீர்கள். பீட்டரும் டேவிட்டும் மனிதனுடைய பலவீனத்தையும் கடவுளின் கருணையையும் அறிவார்கள். ஆதலினால் என்னை அவர்கள் இருவரும் உள்ளே அனுமதித்திருக்கக்கூடும். ஆனால், தாங்களோ எல்லையற்ற அன்புடையவர். 'அன்பே கடவுள்', 'அன்பை உணராதவர்கள் கடவுளை அறிய முடியாது' என்று எழுதி வைத்தவர் தாங்கள்? 'ஒருவரையொருவர் நேசியுங்கள்' என்னும் உபதேசத்தைச் செய்தவர் தாங்கள்? அப்படிப்பட்ட உயர்ந்த குணங்கள் நிரம்பிய தாங்கள் எப்படி என்னை வெறுக்கவோ அல்லது இங்கிருந்து விரட்டவோ முற்படுவீர்கள். ஒன்று நீங்கள் என்னிடம் அன்பு வைத்து என்னை உள்ளே அனுமதிக்க வேண்டும். அல்லது தாங்கள் முன்னர் கூறிய அனைத்தையும் தாங்களே மறுத்துக் கூற வேண்டும்!" என்றான் பாவி.

இப்போது சுவர்க்கத்தின் கதவு திறந்தது!

வருந்தித் திருந்திய பாவியை ஜான் வரவேற்றுச் சுவர்க்கத்திற்கு உள்ளே அவனை அனுமதித்தார்.

▫ ▫ ▫

உலகப் புகழ்பெற்ற
டால்ஸ்டாய் நீதிக்கதைகள்

8 எளிமை தந்த சுகம்

"இப்பொழுதெல்லாம் காலையில் எழுந்ததும் எங்களால் ஒருவரையொருவர் வாழ்த்திக் கொள்ள முடிகிறது. எதற்காகவும் எங்களுக்குள் சச்சரவு ஏற்படுவதில்லை. எவ்விதக் கவலையும் எங்களுக்குக் கிடையாது. முதலாளிக்கு எவ்வளவு அதிகமாகத் திருப்தி அளிக்கும் விதத்தில் வேலை செய்வது என்பதில்தான் எங்கள் கவனமெல்லாம் இருக்கிறது. எங்களால் அவருக்கு நஷ்டம் உண்டாகாமல் லாபம் கிடைக்க வேண்டும் என்பதுதான் எங்கள் முக்கிய நோக்கம். இங்கே எங்களுக்குத் தேவையான உணவும் உடையும் கிடைக்கிறது. மற்றும் நாங்கள் ஒருவரோடு ஒருவர் பேசிக் கொள்ளவும், ஆத்மாவைப் பற்றிச் சிந்திக்கவும், ஆண்டவனைத் தொழவும் நேரம் கிடைக்கிறது. நாங்கள் தேடி அலைந்த சுகம் இப்போதுதான் எங்களுக்குக் கிடைத்தது."

எளிமை தந்த சுகம்

■ ஏழ்மை என்பது சாபமல்ல

ஔபா என்று ஒரு மாகாணம். அதில் இலியஸ் என்பவன் வாழ்ந்து வந்தான். அவன் ஒரு நாள் திருமணம் செய்து கொண்டான். அதற்குப் பிறகு அவனுடைய தந்தை இறந்து விட்டார். அந்த சமயத்தில் ஏழு குதிரைகள், இரண்டு பசுக்கள், இருபது ஆடுகள் இவையே அவனுடைய மொத்தச் சொத்துக்க ளாக இருந்தன.

இலியஸ் ஏழைதான். ஆனால், அவனும் அவன் மனைவியும் காலையிலிருந்து இரவுவரை நேரம் காலம் பார்க்காது உழைத்தார் கள். சிறிது சிறிதாக அவர்களுடைய செல்வ நிலை உயர்ந்தது. பொருள் சேர்ந்தது. முப்பத்தைந்து ஆண்டுகள் இப்படியாகப் பாடுபட்டு உழைத்து ஓரளவுக்கு அவர்கள் சொத்துச் சேர்த்து விட்டனர்.

இலியஸிடம் இப்பொழுது இருநூறு குதிரைகள், நூற்று ஐம்பது பசுக்கள், ஆயிரத்து இருநூறு ஆடுகள் இருந்தன. பல ஆட்கள் அவனிடம் வேலைக்கு இருந்தனர். அவனுடைய அப்போதைய நிலையைக் கண்டு பலரும் பொறாமைப்பட்ட னர். அந்த வட்டாரத்து மக்கள் குறிப்பாகப் பெரிய மனிதர்கள் எனப்படுவோர் தாங்களாகவே வந்து அவனிடம் நட்புக் கொண்டனர். தொலை தூரத்திலிருந்தெல்லாம் விருந்தினர்கள் அவனைத் தேடி வந்தனர். இலியஸ் எல்லோரையும் இன் முகத்தோடு வரவேற்று உபசரித்து உணவு அளித்தான்.

இரண்டு பிள்ளைகளும் ஒரு பெண்ணும் இலியசுக்கு இருந்தனர். அவர்களுக்கு நல்ல முறையில் திருமணம் செய்து வைத்தான்.

ஏழ்மை நிலையில் இருந்தபோது தங்கள் தாய் தந்தையருடன் சேர்ந்து பிள்ளைகளும் உழைத்தார்கள். ஆனால், இப்பொழுது வசதி பெருகியதும் அவர்கள் ஆடம்பரமாகச் செலவு செய்தார்கள்.

குடிப் பழக்கத்திற்கு அவர்கள் இப்போது அடிமையாகி விட்டிருந்தனர். ஒரு மகன் அடிதடி சண்டையில் ஈடுபட்டிருந்த போது கொல்லப்பட்டான். இன்னொரு மகன் மனைவியின் சொல்படி ஆடினான். தாய் தகப்பனை எல்லாவற்றிற்கும் எதிர்த்தான். அதனால் வீட்டை விட்டு விரட்டப்பட்டான்.

அவர்கள் குதிரைகளைக் கள்வர்கள் திருடிக் கொண்டு சென்றனர். ஆடுமாடுகளுக்கு நோய் கண்டதால் அவை மடிந்தன. அவர்களிடமிருந்த சொத்துக்களில் பெரும்பாலானவை அழிந்து போயின. இலியஸின் நிலை நாளுக்கு நாள் மிகவும் மோசமாகிக் கொண்டே வந்தது.

இலியசுக்கு இப்போது வயது எழுபது ஆகியிருந்தது. வறுமையின் காரணமாக அவர்கள் இப்போது தங்கள் உடை முதலான பொருள்களை விற்றுச் சாப்பிட வேண்டிய நிலைக்குத் தள்ளப்பட்டிருந்தனர். கௌரவமாக அதுவரைத் தாங்கள் வாழ்ந்து வந்த ஊரில் வறுமையுடன் வாழ்வதைவிட, கண்ணுக் குத் தெரியாத வேறு ஊருக்குப் போய் விடுவது மேல் எனக் கருதி, அவனும் அவன் மனைவியும் உடுத்திய உடையுடன் அங்கிருந்து புறப்பட எண்ணினார்கள். அந்த சமயம் பார்த்து அவர்களது மகளும் இறந்து விட்டாள். வீட்டை விட்டு வெளியேறிய மகனும் எங்கே போனான் என்று தெரியவில்லை. அந்த வயதான காலத்தில் அவர்கள் இருவருக்கும் உதவி செய்வதற்கென்று யாருமே இல்லை.

இந்நிலையில் மகமத்ஷா என்னும் அடுத்த வீட்டுக்காரன் இலியஸின் மீது பரிதாபப்பட்டு அவனுக்கு ஏதாவது உதவி செய்ய எண்ணினான். அவன் பெரிய பணக்காரன் அல்ல என்றா லும், சிறிது மதிப்போடு அவன் வாழ்க்கை நடத்தி வந்தான். இலியஸ் வீட்டில் அடிக்கடி தான் விருந்து சாப்பிட்ட

காலங்களை நினைத்துப் பார்த்து, அவனுக்கு உதவி செய்வது தன் கடமை என்று அவன் எண்ணினான்.

இலியஸையும் அவன் மனைவியையும் அழைத்து, அவர்களால் முடிந்த வேலையைச் செய்து கொண்டு தனக்கு உதவியாகத் தன் வீட்டில் தங்கிக் கொள்ளும்படியும், அவர்களுக்குத் தேவையான உணவு, உடை வசதிகளைத் தான் அவர்களுக்குச் செய்து தருவதாகவும் மகமத்ஷா கூறினான்.

அவனுக்கு நன்றி தெரிவித்துவிட்டுக் கணவனும் மனைவியும் அவனிடம் வேலைக்கு அமர்ந்தனர். அது அவர்களுக்கு முதலில் சிறிது சங்கடமாகத்தானிருந்தது. ஆனால் நாளடைவில் பழக்கமாகி விட்டது. முடிந்தவரை அந்த வீட்டின் நன்மைக்காக அவர்கள் பாடுபட்டனர். நாணயமாக உழைத்தனர். அதனால் நிம்மதியாகக் காலம் கழித்தனர். சோம்பல் என்பதே இல்லாமல் அவர்கள் எல்லா வேலைகளையும் சிறப்பாகவும் சிக்கனமாகவும் பொறுப்போடும் பார்த்து வந்ததால் மகமத்ஷாவுக்கு மிகவும் ஆறுதலும் அமைதியும் உண்டாயின. நல்ல நிலையில் இருந்த அவர்களுக்கு இப்படியொரு நிலை ஏற்பட்டதே என அடிக்கடி நினைத்துப் பார்த்து அவன் உள்ளம் நெகிழ்வான்.

ஒரு நாள் மகமத்ஷா வீட்டுக்கு வெகு தூரத்திலிருந்து உறவினர்கள் சிலர் வந்திருந்தார்கள். அவர்களுக்கு ஒரு ஆட்டை அடித்துக் கறி சமைத்துப் பெரிய விருந்து வைத்தான் அவன். விருந்துக்குப் பின் உற்சாகமாக அவர்கள் உரையாடிக் கொண்டிருந்தனர். அந்தச் சமயம் இலியஸ் அவர்கள் இருந்த அறையைக் கடந்து போய்க் கொண்டிருந்தான். மகமத்ஷா விருந்தினர்களுக்கு அவனைச் சுட்டிக் காண்பித்து, "அவனைக் கவனித்தீர்களா?" என்று கேட்டான். "ஆம்; அவன் யார்? அவனுக்கு என்ன?" என்று அவனது உறவினர்கள் விசாரித்தனர்.

"அவன் பெயர் இலியஸ். இந்த வட்டாரத்தில் ஒரு சமயம் பெரிய பணக்காரனாக வாழ்ந்தவன் இவன். நீங்கள் இவர்களைப் பற்றிக் கேள்விப்பட்டு இருக்கலாமே?" என்றான் மகமத்ஷா.

"அவனைப் பற்றிக் கேள்விப்பட்டிருக்கிறோம். ஆனால், இப்பொழுதுதான் பார்க்கிறோம்; அவனுக்கு ஏன் இந்த நிலை?" என்று கேட்டார்கள் விருந்தினர்கள்.

"அவன் எல்லாவற்றையும் இழந்து வறுமை நிலைக்குத் தள்ளப்பட்டான். அதனால் துன்பம் அடைந்தான். அவன் நன்றாக வாழ்ந்ததையும் பலருக்கு உதவி புரிந்ததையும் நான் நன்றாக அறிவேன். அதனால் அவனிடம் அனுதாபம் கொண்டு, அவனையும் அவன் மனைவியையும் என் வீட்டிலேயே இருக்கும் படி சொன்னேன். அவர்கள் வந்த பிறகு என் அலுவல்கள் யாவும் மிக எளிதாக நடக்கின்றன" என்று அவனைப் பற்றிப் புகழ்ந்தான் மகமத்ஷா.

இதைக்கேட்ட விருந்தினர்கள் வியப்படைந்தார்கள். அவர்களில் ஒருவன், "அதிர்ஷ்டமானது சுழலும் சக்கரம் போன்றது. அது ஒருவரை உயர்த்தும்; இன்னொருவரைத் தாழ்த்தி விடும். அதற்காக அவர்கள் வருந்தக்கூடாது. இப்போதுள்ள தன் நிலைக்காகக் கிழவன் இலியஸ் வருந்துகிறானா?" என்று கேட்டான்.

"கணவனும் மனைவியும் இப்போது மிகவும் திருப்தியாக இருப்பதாகத்தான் நான் நினைக்கிறேன். அவர்கள் தங்கள் வேலைகளை ஒழுங்காகச் செய்கிறார்கள்; அவ்வளவுதான் எனக்குத் தெரியும். அவர்கள் வருத்தம் அடைகிறார்களா என்பது பற்றி எனக்குச் சரியாகத் தெரியாது" என்றான் மகமத்ஷா.

இது நடந்த சிறிது நேரத்திற்குப் பிறகு தனியாக இலியஸைக் கூப்பிட்டு, "உங்களுடைய இப்போதைய இந்த நிலைக்காக நீங்கள் வருந்துகிறீர்களா?" என்று கேட்டான் விருந்தினர்களில் ஒருவன்.

அவன் புன்னகையோடு, "இதற்காக வருந்தி என்ன பயன்? நான் சொன்னால் நீங்கள் நம்ப மாட்டீர்கள்; என் மனைவியைக் கேட்டுப் பாருங்கள், அவள் உண்மையைக் கூறுவாள்" என்றான்.

உடனே அவர்கள் கிழவியை அழைத்து, "அம்மா, சுகபோகமாக வாழ்ந்த நீங்கள், இப்பொழுது உள்ள நிலையைப் பற்றி என்ன நினைக்கிறீர்கள்?" என்று கேட்டான்.

"என் கணவருடன் சேர்ந்து வாழ்ந்த ஐம்பது ஆண்டுகளில் 'மகிழ்ச்சி எங்கே' என்று, ஒவ்வொரு நாளும் தேடியபடிதான் நான் வாழ்நாளைக் கழித்துக் கொண்டிருந்தேன். ஆனால் ஒரு நாளும் என்னால் அதை அப்போது காணவே முடியவில்லை. ஆனால், இப்பொழுது வேலைக்காரர்களாக நாங்கள் இருந்த போதிலும், இந்த இரண்டு ஆண்டுகளில்தான் உண்மையான

மகிழ்ச்சி என்றால் என்ன என்பதை அனுபவிக்கிறோம். இதைத் தவிர வேறு எதைப் பற்றியும் நாங்கள் இங்கு வேலைக்குச் சேர்ந்த இத்தனை நாட்களில் எண்ணிக்கூடப் பார்த்ததில்லை" என்றாள் இலியஸின் மனைவி.

அவள் கூறியதைக் கேட்டு விருந்தினர்கள் ஆச்சரியம் அடைந்தார்கள்.

மேலும் அவள், "நான் உண்மையைத்தான் கூறுகிறேன்; அதிகப்படியாக எதையும் கூறவில்லை; அரை நூற்றாண்டு காலமாகச் சுகத்தைத் தேடி அலைந்தோம். ஆனால் பணத்தோடு இருந்தவரை அதை எங்களால் அடைய முடியவில்லை. இப்பொழுது எங்களிடம் செல்வம் எதுவும் இல்லையென்றாலும் ஏழைகளாகவே நாங்கள் வாழ்ந்தபோதிலும் உண்மையான சுகத்தை இப்பொழுதுதான் அனுபவிக்கிறோம்" என்று கூறினாள்.

"சுகம் என்று நீங்கள் எதைக் குறிப்பிடுகிறீர்கள்?" என்று கேட்டான், விருந்தினர்களில் ஒருவன்.

"பணக்காரர்களாக இருந்தவரையிலும் நாங்கள் இருவரும் எந்த ஒரு விஷயம் பற்றியும் அமைதியாகக் கலந்து பேசவோ, ஆண்டவனை வணங்கவோ, சிறிது நேரம்கூட எங்களுக்கு ஓய்வு கிடைத்ததில்லை. அப்போது எங்களுக்கு அளவு கடந்த பொறுப்பும் கவலையும் வேலையும் தாங்க முடியாத அளவிற்கு இருந்தன. விருந்தினர்களைத் திருப்தியாக எப்படி உபசரித்து விருந்து அளிப்பது என்ற சிந்தனையிலேயே அப்போதெல்லாம் எங்கள் காலம் ஓடிவிடும். எங்களிடமுள்ள ஆடு மாடுகளை ஓநாய் அடித்துத் தின்று விடுமோ, குதிரைகளைக் கள்வர் கவர்ந்து கொண்டு போய் விடுவார்களோ என்ற கவலைகள் எங்களைத் தொடர்ந்து கொண்டேயிருக்கும். நிம்மதியாக ஒரு நாளும் தூங்க முடியாது. காலையில் விழித்து எழுவதற்குமுன் புதுப்புதுக் கவலைகள் எங்களுக்காகக் காத்திருக்கும். அவரும் நானும் அப்போது எதிலும் இணைந்து மனமொத்து செயல்பட முடிந்ததில்லை. அவர் ஒன்றைச் சொல்வார்; நான் வேறு ஒரு கருத்தைச் சொல்வேன். அதனால் இருவருக்கும் அடிக்கடி வாக்குவாதம் உண்டாகும். கவலைக்கு மேல் கவலை; பாவத்துக்கு மேல் பாவம் என்ற வகையில் எங்கள் வாழ்நாள் கழிந்து கொண்டிருந்தது. அந்த காலக்கட்டத்தில் சுகம் என்பதையே

நாங்கள் கண்டது இல்லை'' என்று கூறினாள், இலியஸின் மனைவி.

"இப்பொழுது எப்படி இருக்கிறீர்கள்?''

"இப்பொழுதெல்லாம் காலையில் எழுந்ததும் எங்களால் ஒருவரையொருவர் வாழ்த்திக் கொள்ள முடிகிறது. எதற்காகவும் எங்களுக்குள் சச்சரவு ஏற்படுவதில்லை. எவ்விதக் கவலையும் எங்களுக்குக் கிடையாது. முதலாளிக்கு எவ்வளவு அதிகமாகத் திருப்தி அளிக்கும் விதத்தில் வேலை செய்வது என்பதில்தான் எங்கள் கவனமெல்லாம் இருக்கிறது. எங்களால் அவருக்கு நஷ்டம் உண்டாகாமல் லாபம் கிடைக்க வேண்டும் என்பதுதான் எங்கள் முக்கிய நோக்கம். இங்கே எங்களுக்குத் தேவையான உணவும் உடையும் கிடைக்கிறது. மற்றும் நாங்கள் ஒருவரோடு ஒருவர் பேசிக் கொள்ளவும், ஆத்மாவைப் பற்றிச் சிந்திக்கவும், ஆண்டவனைத் தொழவும் நேரம் கிடைக்கிறது. நாங்கள் நீண்ட நாட்களாகத் தேடி அலைந்த சுகம் இப்போதுதான் எங்களுக்குக் கிடைத்தது'' என்றாள் இலியஸின் மனைவி.

அதைக் கேட்டுக்கொண்டிருந்த விருந்தினர்கள் உரக்கச் சிரித்தனர்.

"ஐயா, கனவான்களே! அவள் சொல்வதைக் கேட்டுச் சிரிக்க வேண்டாம். கேலி செய்யக்கூடிய விஷயமல்ல இது! மனித வாழ்வு என்பது இதுதான். ஒரு சமயம் நானும் அவளும் செல்வம் அனைத்தையும் இழந்து விட்டோமே என்று வருந்தி அழுது கொண்டிருந்தது உண்டு. ஆனால், இப்போது கடவுள் எங்களுக்கு உண்மையை உணர்த்தி விட்டார். நாங்கள் தெரிந்து கொண்ட அந்த உண்மையை உங்களுக்கும் சொல்கிறோம்; எங்களுக்காக அல்ல; உங்களுடைய நன்மைக்காகவே!'' என்றான் இலியஸ்.

"வேதத்தில்கூட இது கூறப்பட்டிருக்கிறது. இலியஸ் கூறியது உண்மையே!'' என்றான் விருந்தினரில் ஒருவன்.

இதையெல்லாம் பார்த்துக் கொண்டிருந்த இலியஸ் தம்பதிக்கு ஆதரவு அளித்த மகமத்ஷாவுக்குக் கண்களில் நீர் கசிந்தது.

□□□

உலகப் புகழ்பெற்ற
டால்ஸ்டாய் நீதிக்கதைகள்

9 குழந்தையும் தெய்வமும்

"முதலில் கடவுளை மதித்து நடக்கக் கற்றுக் கொள்ளுங்கள். இந்தச் சிறுமிகளுக்காகச் சச்சரவு செய்து கொண்டு நீங்கள் இங்கே கூடியிருக்கிறீர்கள். ஆனால், அவர்களோ தங்களுக்குள் ஏற்பட்ட சண்டையை எப்போதோ மறந்து விட்டு, மகிழ்ச்சியோடு மீண்டும் கூடி விளையாட ஆரம்பித்து விட்டார்கள் பார்த்தீர்களா. அந்தச் சிறுமிகள்தான் உங்களைக் காட்டிலும் புத்திசாலிகள்!"

குழந்தையும் தெய்வமும்

■ அறியாமை தலை குனிவைத் தரும்

அந்த ஊரெங்கும் பனி பெய்து கொண்டிருந்தது. உருகி அது சிறு ஓடை போலத் தெருக்களில் ஓடிக் கொண்டிருந்தது.

பனிக்கட்டி உருகியதால் அப்படி ஓடிய நீரானது ஒரு சிறு குட்டையைப் போலச் சிறு சந்து ஒன்றில், இரண்டு வீடுகளுக்கு மத்தியில், தேங்கியிருந்தது.

அந்தத் தெருவில் சிறிதும் பெரிதுமாக ஏராளமான வீடுகள் இருந்தன. அங்கிருந்த எதிர் எதிர் வீடுகளிலிருந்து இரண்டு சிறுமி கள் ஓடி வந்தனர். அவர்களில் ஒருத்தி கொஞ்சம் பெரியவள். மற்றவளோ சிறியவள்.

அந்த ஆண்டு புனித ஆண்டு புனித வாரம் சற்று முன்னதாகவே வந்து விட்டது. அந்தச் சிறுமிகள் இருவரும் புனித விழாவை முன்னிட்டுப் புதிய பட்டுப் பாவாடை சட்டைகளை அணிந் திருந்தனர். அவர்களில் பெரியவள் பெயர் அகூல்யா. சிறியவள் பெயர் மலாஷா.

இரண்டு சிறுமிகளும் ஒருவரிடம் மற்றவர் தங்கள் உடைகளைக் காட்டிப் பெருமையாகப் பேசிக் கொண்டிருந் தனர். இருவருக்கும் அங்கிருந்த நீர்த் தேக்கத்தில் இறங்கி விளையாட வேண்டும் என்ற ஆசை.

அந்த ஆசை மனதில் உதயமானதுமே பூட்சைக் கழற்றாமலே நீரில் இறங்கத் தொடங்கினாள் சிறியவளான மலாஷா. "அப்படிச் செய்யாதே. உன் அம்மா பார்த்தால் திட்டுவாள்; பூட்சை முதலில் கழற்றி விடு!" என்றாள் பெரியவளான அகூல்யா.

இப்போது இருவருமே பூட்சைக் கழற்றி விட்டிருந்தனர். பிறகு பாவாடையைத் தூக்கிக் கொண்டு நீரில் இறங்கினர். சிறியவள் முழங்கால் அளவுக்கு நீரில் இறங்கியவள் 'ஐயோ, எனக்குப் பயமாக இருக்கிறதே!' என்று கூவினாள். "ஆழம் ஒன்றும் அதிகம் இல்லை. அவ்வளவுதான். பயப்படாதே. நேராக வா; ஜாக்கிரதை. தண்ணீரை என்மேல் அடித்து விடாதே!" என்றாள் பெரியவள்.

அவள் சொல்லி வாய் மூடும் முன் சிறியவள் காலை வேகமாகத் தூக்கி நீரில் அடித்தாள். அதனால் தண்ணீர் எங்கும் சிதறியது. அதனால் பெரியவளின் உடை முழுவதும் நனைத்து விட்டது. அவளுடைய கண், மூக்கு, முகம் எல்லாம் இப்போது தண்ணீர் புகுந்து விட்டது. சட்டை முழுவதும் அழுக்காகி விட்டது. அதைப் பார்த்த பெரியவளுக்குக் கோபம் பொங்கிக் கொண்டு வந்தது. கண்டபடி சிறியவளைத் திட்டிக் கொண்டே அடிப்பதற்கு ஓடினாள் அவள்.

அவளது அந்தத் தோற்றத்தைக் கண்டதும் சிறியவள் பயந்து விட்டாள். உடனே தன் வீட்டுக்குள் ஓடி ஒளிந்து கொண்டாள். அப்போது வெளியே வந்த பெரியவளின் தாய் அவளுடைய நிலையைப் பார்த்து, 'சட்டை எப்படி நனைந்தது. எப்படி இப்படி அழுக்காயிற்று?' எனக் கோபத்தோடு கேட்டாள்.

மலாஷா வேண்டும் என்றே ஓடைத் தண்ணீரைத் தன் மீது வாரி இறைத்து விட்டாள் என்று அதற்குப் பதில் கூறினாள் அகூல்யா. அவள் தாய்க்கு இதைக் கேட்டதும் கோபம் அதிகமாகியது. மலாஷாவைப் பிடித்து இழுத்து வந்த அவள் அவளைத் திட்டியதோடு நில்லாமல் அடித்தும் விட்டாள். உடனே அவள் தேம்பித் தேம்பி அழுதாள். அதைக் கேட்டு அவள் தாயும் வெளியே வந்து விட்டாள்.

"என் குழந்தையை எதற்காக அடித்தாய்?" என அவள் எதிர்த்த வீட்டுக்காரியுடன் சண்டைக்கு வந்தாள்.

அந்தச் சண்டையின்போது இரண்டு சிறுமிகளின் தாய்களும் ஒருவரையொருவர் கேவலமாகத் திட்டிக் கொண்டனர்.

பெண்கள் சண்டையிடும் குரலைக் கேட்ட அவர்கள் வீட்டு ஆண்கள் வீட்டை விட்டு வெளியே வந்து பார்த்தனர். இந்தச்

சண்டையைப் பார்க்கத் தெருவில் ஒரு பெரிய கூட்டமே கூடி விட்டது. இரு வீட்டைச் சேர்ந்தவர்களும் தங்கள் மனதுக்குத் தோன்றியதைப் பேசவும் ஒருவரையொருவர் ஏசிக் கொள்ளவும் செய்தார்கள். சிறிது நேரத்தில் வாய்ப் பேச்சானது கைகலப்பில் வந்து முடியும் போன்ற நிலைக்கு வந்து விட்டது. அப்போது அகூல்யாவின் பாட்டி அங்கே வந்து எல்லோரையும் சமாதானப்படுத்தி வைக்க முயன்றாள்.

"புனித வாரத்தை இந்த லட்சணத்திலா கொண்டாடுவது? ஆண்டவனுக்கு நன்றி கூறிப் பிரார்த்தனை செய்ய வேண்டிய நேரத்தில் இதுபோன்ற பாவச் செயல்களில் நீங்கள் ஈடுபடலாமா?" என்று அவர்களிடம் கேட்டாள் அவள். அவள் பேச்சை யாருமே கேட்டதாகத் தெரியவில்லை. அவளால் அவர்களிடையே நடந்த சச்சரவை நிறுத்த இயலவில்லை.

இதற்கு இடைப்பட்ட நேரத்தில் வீட்டுக்குள் சென்று தன் சட்டையில் படிந்திருந்த அழுக்கைச் சுத்தம் செய்து விட்டு மீண்டும் வெளியே வந்தாள் அகூல்யா. இப்போது அவள் கையில் ஒரு கோல் இருந்தது. அந்தக் கோலை வைத்துக் கொண்டு அவள் ஓடையின் ஓரமாகத் தோண்ட முற்பட்டாள்.

அதே சமயம், மலாஷாவும் வீட்டை விட்டு வெளியே வந்து, அகூல்யாவோடு சேர்ந்து கொண்டாள். அவளும் ஒரு சிறு கொம்பைக் கொண்டு அவளுக்குப் பக்கத்தில் ஓரிடத்தில் தோண்டினாள்.

வாய்ச்சண்டை போட்டுக் கொண்டிருந்தவர்கள் இப்போது கைகலப்பில் இறங்கப் போனார்கள். அப்பொழுது, சிறுமிகள் தோண்டியிருந்த வாய்க்கால் வழியாகத் தண்ணீர் ஓடி வந்து, அவர்களுடைய கால்களை நனைத்தது. சிறுமிகள் இருவரும் அதைப் பார்த்துக் கும்மாளம் போட்டுக்கொண்டே ஓடி வந்தனர். அதைப் பார்த்த கிழவி ஒருத்தி,

"முதலில் கடவுளை மதித்து நடக்கக் கற்றுக் கொள்ளுங்கள். இந்தச் சிறுமிகளுக்காகச் சச்சரவு செய்து கொண்டு நீங்கள் இங்கே கூடியிருக்கிறீர்கள். ஆனால், அவர்களோ தங்களுக்குள் ஏற்பட்ட சண்டையை எப்போதோ மறந்து விட்டு, மகிழ்ச்சியோடு

மீண்டும் கூடி விளையாட ஆரம்பித்து விட்டார்கள் பார்த்தீர்களா. அந்தச் சிறுமிகள் உங்களைக் காட்டிலும் புத்திசாலிகள்!" என்றாள்.

சச்சரவில் ஈடுபட்டிருந்தவர்கள் அந்த இரு சிறுமிகளையும் திரும்பிப் பார்த்தார்கள். அந்தக் காட்சியைப் பார்ப்பதற்கு அவர்களுக்கே அவமானமாக இருந்தது. தங்கள் அறியாமையை எண்ணி வெட்கப்பட்டவர்களாய் அங்கிருந்து கலைந்து சென்றனர்.

சிறுமிகள் இருவரும் கவலையின்றி இன்னும் விளையாடிக் கொண்டிருந்தனர்.

❏ ❏ ❏

உலகப் புகழ்பெற்ற
டால்ஸ்டாய் நீதிக்கதைகள்

10 கடவுள் செய்த சோதனை

தங்கள் போக்கிலேயே விடப்பட்ட மனிதர்கள் மகிழ்ச்சியாக வாழும் வழியை அறியாமலேயே வெகு காலம் இந்த உலகத்தில் வாழ்ந்தனர். கடைசியில் அவர்களில் சிலர் உண்மையை உணரவும் செய்தனர்.

உழைப்பு என்பது, சிலருக்கு மற்றவர்களை அடக்கி ஆளும் உரிமையாகவும், மற்றவர்களுக்கு அது கடும் தண்டனையாகவும் இருக்க வேண்டிய அவசியம் இல்லை.

கடவுள் செய்த சோதனை

■ அன்பிற்கும் உண்டோ அடைக்கும் தாழ்

கடவுள் இந்த உலகத்தில் முதலில் மனிதனைத்தான் படைத்தார்! அதுவும் அவனை எப்படிப் படைத்தார் தெரியுமா? வேலை செய்ய, உணவு, உடை, வீடு இவற்றிற்கு அலைய வேண்டிய தேவை இல்லாதவனாய் நிம்மதியாய் வாழும்படி யாகத்தான் கடவுள் அவனைப் படைத்தார்.

அன்றிலிருந்து ஒவ்வொரு மனிதனும் நூறு ஆண்டுகள்வரை இந்த உலகில் வாழ்ந்தான். மனிதர்களுக்கு நோய் என்றால் என்னவென்றே தெரியாது அப்போது.

இவ்வாறு சிறிது காலம் சென்றது.

இந்த சமயத்தில் ஒருநாள் தன்னால் படைக்கப்பட்ட மனித இனம் எப்படி இருக்கிறது என்று பார்ப்பதற்காகக் கடவுள் கீழ் நோக்கிப் பார்த்தார். அங்கிருந்த எல்லோருமே உற்சாகமாகக் காணப்படவில்லை. அவர்கள் ஒவ்வொருவரும் தங்கள் நலனைப் பற்றியே நினைத்துக் கொண்டிருப்பதையும், தங்களுக்குள் சண்டையிட்டுக் கொள்வதையும், அதனால் அவர்கள் வாழ்வு நரகமாகிக் கொண்டிருப்பதையும் அவர் கண்டார்.

"ஒவ்வொருவரும் மற்றவர்களிடமிருந்து தனித்தும் சுயநலமுள்ளவர்களாகவும் வாழ்வதாலேயே அவர்களுக்கு இந்த நிலை உண்டாயிற்று" எனக் கடவுள் கருதினார்.

இதற்கு ஒரு முடிவு கட்ட நினைத்த அவர், மனிதர்கள் உழைக்காமல் வாழ முடியாது என்ற நிலையை ஏற்படுத்தினார்.

அது முதல் பசியினால் வாடாமல் இருக்க வேண்டுமானால், அவர்கள் ஏதாவது ஒரு வேலையைச் செய்ய வேண்டியதாயிற்று.

வீடுகளைக் கட்டவோ, கருவிகளை உபயோகப்படுத்தவோ, விவசாயம் செய்யவோ, உடை தயாரிக்கவோ, ஒரு தனி நபரால் மட்டுமே இயலாது. அதற்காக அவர்கள் தங்களுக்குள் ஒன்றுபட வேண்டிய நிர்பந்தம் உண்டாகும். அதன் பலனாக எவ்வளவுக்கு எவ்வளவு ஒன்றுகூடி உழைக்கின்றோமோ, அவ்வளவுக்கு அவ்வளவு நல்ல பலன் கிடைக்கும், வாழ்க்கை வசதிகளும் பெருகும் என்பதைக் காலப்போக்கில் அவர்களே உணர்வார்கள். இதனால் அவர்களிடையே ஒற்றுமை உண்டாகும். உழைப்பானது அவர்களை ஒன்று சேர்க்கும் என்று கடவுள் கருதினார்.

சிறிது காலம் சென்றது!

மனித இனம் எப்படி இருக்கிறது என மீண்டும் ஒருமுறை கடவுள் பார்வையிட்டார்.

முன்பு இருந்ததைக் காட்டிலும் மனிதர்கள் இப்போது மிகவும் மோசமாக நடந்து கொள்வதையே அவர் கண்டார். வேறு வழியில்லாத காரணத்தால் அவர்கள் ஒன்று சேர்ந்து உழைத்தது உண்மைதான். ஆனால், அவர்கள் எல்லோரும் அப்படி ஒன்று சேரவில்லை. அவர்கள் தங்களைப் பல குழுக்களாகப் பிரித்துக் கொண்டார்கள். இந்தக்குழுவினர் ஒருவரோடொருவர் சச்சர விட்டுக் கொண்டு, காலத்தை வீணாக்கினர். இது எல்லோருக்கும் தீங்கு விளைவிப்பதாக இருந்தது.

கடவுள் பார்த்தார். எப்போது அவர்கள் மரணம் அடைவார் கள் என்பதை மனிதர்கள் அறியாதவாறு செய்தார். சரியாக நூறு ஆண்டு ஆனதும் உயிர் பிரியும் என்று இருந்ததற்குப் பதிலாக, எந்த வயதிலும் எந்தச் சமயத்திலும் அவர்களது உயிர் பறிபோக லாம் என்ற நிலையை ஏற்படுத்தினர்.

'எந்த நேரத்திலும் தங்கள் உயிர் போய்விடலாம் என்பதை மனிதர்கள் அறிந்திருப்பார்களேயானால், அவர்கள் தங்களு டைய வாழ்க்கையைப் பற்றி மிகவும் விழிப்போடு இருப்பார் கள். இதனால் ஒன்று சேர்வார்கள்' என்று கடவுள் கருதினார்.

கடவுள் என்ன கருதினாரோ, அதற்கு நேர்மாறாகவே எல்லாமே நடந்தன. மனிதர்கள் எவ்வாறு நடந்து கொள்

கிறார்கள் என்பதைக் காணக் கடவுள் பூலோகத்தை நோக்கிக் கீழே பார்த்தார். மனிதர்களுடைய வாழ்க்கை எவ்விதத்திலும் சீர்பெறவில்லை என்பதைக் கண்டார்.

பலசாலிகளாக இருந்த சிலர், தங்களை விடப் பலவீனர்களுக்கு மரணம் எப்போது உண்டாகும் என்பதைத் தீர்மானிக்கக் கூடிய நிலையில் இருந்தனர். அவர்கள் எளியவர்களைக் கொன்றும், பயமுறுத்தியும் அடக்கியாளத் தொடங்கியிருந்தனர். இதனால் பலம் மிக்கவர்களின் குழு ஒன்று அங்கே புதிதாகத் தோன்றியிருந்தது. அவர்கள் வேலை எதையும் செய்யவில்லை. சோம்பேறிகளாகத் திரிந்தனர். பலவீனர்களுக்கோ தங்கள் சக்திக்கு மீறி அவர்கள் வேலை செய்ய வேண்டிய தேவை நேரிட்டது. அவர்களுக்கு ஓய்வு என்பதே கிடையாது என்ற நிலை ஏற்பட்டது. இந்த இரண்டு குழுவினரும் ஒருவரை யொருவர் கண்டு பயப்படவும் வெறுக்கவும் தொடங்கினர். வாழ்க்கை முன்பைவிட மகிழ்ச்சி குறைவானதாயிற்று.

கடவுள் பார்த்தார். கடைசிப் பரிகாரத்தையும் பயன்படுத்தத் தீர்மானித்தார்.

மனிதர்களுக்குப் பல வகையான நோய்களை உண்டாக்கினார், அப்படிச் செய்தால் ஆரோக்கியத்தோடு இருப்பவர்கள் நோய்வாய்ப்பட்டவர்களுக்கு உதவி புரிவார்கள் என்றும், தங்களுடைய உடல் நலம் குன்றினால் அப்போது மற்றவர்கள் கவனிப்பார்கள் என்பதை மனிதர்கள் உணர்வார்கள் என்றும் கடவுள் கருதினார்.

சிறிது காலம் சென்றது!

இப்போது மனிதர்கள் எப்படி இருக்கிறார்கள் என்று கடவுள் பார்த்தார். அவர்களுடைய வாழ்க்கை நிலையானது முன் எப்போதும் இருந்ததை விடவும் இப்போது மோசமாகி இருந்தது.

மனிதர்களை ஒன்று சேர்க்கும் என்று கருதிக் கடவுள் உண்டாக்கிய நோய்கள் அவர்களை மேலும் அதிகமாகப் பிரித்து விட்டிருந்தன. தங்களுக்காக மற்றவர்களை வேலை செய்யும்படி நிர்ப்பந்தப் படுத்தியவர்கள், நோய்வாய்ப்பட்டனர். மற்றவர்களைப் பற்றி அவர்கள் கவலைப்படுவதே இல்லை. இதனால் எளியவர்களின் நிலை மேலும் மோசம் அடைந்தது.

அவர்களுக்குள் நோயுற்றவர்களை அவர்களால் கவனிக்க முடியவில்லை. அப்போது ஏற்பட்ட சில நோய்கள் தொற்று நோய்கள் எனக் கருதப்பட்டன. அவை தங்களுக்கும் தொற்றிக் கொள்ளுமோ என்ற பயத்தில் அத்தகைய நோயாளிகளை நெருங்கவும் பயந்தார்கள்.

உண்மையான மகிழ்ச்சி எங்கே இருக்கிறது என்பதை மனிதர்கள் உணரும்படி செய்ய இந்த வழிகளால் எல்லாம் இயலாமல் ஆகி விட்டது.

கஷ்ட நஷ்டங்களை அனுபவித்துப் பார்த்து விட்டுக் கடைசி யாக அவர்கள் தாங்களே அதை உணர்ந்து கொள்ளட்டும் என்று மனித இனத்தை அப்படியே விட்டு விட்டார், கடவுள்.

தங்கள் போக்கிலேயே விடப்பட்ட மனிதர்கள் மகிழ்ச்சியாக வாழும் வழியை அறியாமலேயே வெகுகாலம் இந்த உலகத்தில் வாழ்ந்தனர். கடைசியில் அவர்களில் சிலர் உண்மையை உணரவும் செய்தனர்.

உழைப்பு என்பது, சிலருக்கு மற்றவர்களை அடக்கி ஆளும் உரிமையாகவும், மற்றவர்களுக்கு அது கடும் தண்டனையாகவும் இருக்க வேண்டிய அவசியம் இல்லை.

தங்களுக்கு மரணம் எப்போது வேண்டுமானாலும் நேரிடலாம் என்பதை அறிய முடியாத நிலையில், தங்களுக்கு விதிக்கப்பட்ட வாழ்நாளைப் பிறரிடம் அன்பு செலுத்த ஒரு மனிதன் பயன் படுத்த வேண்டும்.

நோயானது மனிதர்களைப் பிரித்து வைக்கக்கூடியதாக இருக்க வேண்டியதில்லை. பதிலாக அடுத்தவரை நேசிக்க உதவும் சாதனமாக அது இருக்கும். இவற்றை அவர்கள் உணர்ந்தனர்.

11 ஞானியின் சொற்கள்

"ஏதென்ஸ் நகரில் ஒரு ஏழை இருக்கிறான். அவனே இந்த உலகத்தில் உள்ளவர்களில் மிகவும் சந்தோஷமாக இருப்பவன் என்பது என் எண்ணம்" என்றார் ஞானி ஸோலன்.

ஞானியின் பதிலைக்கேட்ட மன்னனுக்கு மிகவும் வியப்பாக இருந்தது. அந்தப் பதில் அவனுக்கு மிகவும் ஏமாற்றத்தைத் தந்தது. தான் எதிர்பார்த்ததற்கு மாறாக, யாரோ ஊர், பெயர் இல்லாத ஏழையைப் பற்றி அல்லவா ஞானி கூறுகிறார் என்று மனதுக்குள் எண்ணமிட்டான் அவன்.

ஞானியின் சொற்கள்

■ **விதியின் கரங்கள் வலிமையானவை**

கிறிஸ்து பிறப்பதற்குப் பல ஆண்டுகளுக்கு முன்பு குரோஸஸ் என்ற மன்னன் ஒரு நாட்டை ஆட்சி புரிந்து வந்தான்.

அந்த மன்னனிடம் தங்கமும் இரத்தினங்களும் ஏராளமாகக் குவிந்திருந்தன. அவை விலை மதிக்க முடியாதவையாக இருந்தன. அத்துடன் அவனுக்கு ஊதியம் புரிவதற்கென்று அடிமைகள் நிறையப் பேர் இருந்தனர்.

இந்த உலகத்தில் தன்னைக்காட்டிலும் மகிழ்ச்சியான ஒருவன் இருக்கவே முடியாது என எண்ணிக் கொண்டிருந்த அவன் சற்றுக் கர்வத்தோடுதான் எல்லோரிடமும் பேசுவான்.

ஸோலன் என்னும் கிரேக்க ஞானி ஒருவர் ஒரு நாள் அந்த நாட்டுக்கு வந்தார். பெரிய அறிஞர் என்று நாடு முழுவதும் புகழ் பெற்றிருந்தார் அவர்.

மன்னன் குரோஸஸ் அந்த கிரேக்க ஞானியைப் பற்றிக் கேள்விப்பட்டிருந்தான். ஆதலால் அவரைத் தன்னிடம் அழைத்து வருமாறு தன்னுடைய வீரர்களுக்கு உத்தரவிட்டான்.

ஞானியை அவர்கள் அழைத்து வந்தபோது மிக ஆடம்பரமான உயர்ந்த உடைகளை அணிந்து கொண்டு சிம்மாசனத்தில் வீற்றிருந்தான் மன்னன் குரோஸஸ். ஞானி ஸோலன் மிகவும் அமைதியாக நடந்து வந்து சபையில் அவருக்குக் கொடுக்கப் பட்டிருந்த இருக்கையில் அமர்ந்தார்.

அவரைப் பார்த்து, "நான் அணிந்திருப்பதைக் காட்டிலும் அற்புதமானதொரு உடையைத் தாங்கள் எப்போதாவது பார்த்திருக்கிறீர்களா?" என்று கேட்டான் மன்னன்.

"மயில், கோழி போன்ற பறவைகளின் இறகுகள் இதைக் காட்டிலும் அற்புதமானவை. எந்தக் கலைஞனாலும் அத்தகைய ஒளிமிக்க பளபளப்பான வண்ணக் கலவையை செய்ய முடியாது. நான் இதைவிட உயர்ந்த ஆடைகள் எத்தனையோ இருப்பதைப் பார்த்திருக்கிறேன்" என்றார் ஞானி.

தன்னிடம் உள்ள திரண்ட செல்வங்களை அவருக்குக் காண்பித்து, தன்னால் கொல்லப்பட்ட எதிரிகளின் எண்ணிக் கையை அவரிடம் கூறி, தான் பிடித்த நாடுகளின் பெயரையெல் லாம் தெரிவித்து அவரிடம் பெருமை அடித்துக் கொண்டான் மன்னன். மேலும், ஞானியைப் பார்த்து, "தாங்கள் வெகுகாலமாக இந்த உலகில் வாழ்ந்து கொண்டிருக்கிறீர்கள்; பல நாடுகளையும் நீங்கள் பார்த்திருப்பீர்கள்; இன்று உலகில் உயிரோடு இருப்பவர் களிலேயே மகிழ்ச்சி மிக்க மனிதர் யார்?" என்று அவரைப் பார்த்துக் கேட்டான் அந்த மன்னன்.

குரோசஸ்தான் அப்படிப்பட்ட மகிழ்ச்சியான மனிதன் என்று ஞானி கூறுவார் என மிக ஆவலோடு எதிர்பார்த்துக் கொண்டிருந் தான் அவன்.

ஆனால் "ஏதென்ஸ் நகரில் ஒரு ஏழை இருக்கிறான். அவனே இந்த உலகத்தில் உள்ளவர்களில் மிகவும் சந்தோஷமாக இருப்பவன் என்பது என் எண்ணம்" என்றார் ஞானி ஸோலன்.

ஞானியின் பதிலைக்கேட்ட மன்னனுக்கு மிகவும் வியப்பாக இருந்தது. அந்தப் பதில் அவனுக்கு மிகவும் ஏமாற்றத்தைத் தந்தது. தான் எதிர்பார்த்ததற்கு மாறாக, யாரோ ஊர், பெயர் இல்லாத ஏழையைப் பற்றி அல்லவா ஞானி கூறுகிறார் என்று மனதுக்குள் எண்ணமிட்டான் அவன். ஆயினும் அதை மறைத் துக் கொண்டு புன்னகையோடு, "தாங்கள் அவனைப் பற்றிக் கூறு வதற்கான காரணம் என்ன?" என்று கேட்டான்.

"நான் கூறும் அந்த ஏழை வாழ்நாள் முழுவதும் அரும்பாடு பட்டுக் கடுமையாக உழைத்தவன். கிடைத்ததை வைத்துக் கொண்டு திருப்தி அடையும் மனமுடையவன். புத்திசாலியான

நல்ல குழந்தைகளை அவன் பெற்றிருக்கிறான். எல்லாவற்றிற்கும் மேலாக எல்லோரிடமும் நல்ல பெயரைச் சம்பாதித்திருக்கிறான். ஆகவே, எனக்கு அவனிடம் மதிப்பும் பிரியமும் உண்டு” என்றார் ஞானி.

மன்னன் ஞானியை அப்போதும் விடுவதாக இல்லை.

“நீங்கள் குறிப்பிடும் ஏதென்ஸ் நகரத்து ஏழையுடன் ஒப்பிட்டால், என்னுடைய நாடு, பதவி, புகழ், செல்வம் யாவும் அவ்வளவு பிரமாதமானது அல்ல என்பதோடு, என் மகிழ்ச்சியும் பயனற்றது என்பதுதான் உங்கள் கருத்தா?” என்று கேட்டான் அவன்.

“உலகில் பணக்காரனைக் காட்டிலும் ஏழையே எப்போதும் சந்தோஷமானவனாக இருக்கிறான். மரணம் அடையும்வரை யாரும் நிரந்தரமாக சந்தோஷமாக இருப்பதாகக் கூறுவதற் கில்லை” என்றார் ஞானி ஸோலன்.

ஞானியின் சொற்களில் மன்னனுக்குத் திருப்தி ஏற்பட வில்லை.

ஞானி விடை பெற்றுக்கொண்டு அங்கிருந்து புறப்பட்டார்.

காலச் சக்கரம் சுழன்றது. ஞானியைப் பற்றியே மறந்து போயிற்று, மன்னனுக்கு.

சில நாட்கள் சென்றன!

மன்னனுடைய மகன் வேட்டையாடச் சென்றபோது, காயம் அடைந்தவன் மரணம் அடைந்தான்.

அடுத்து சில நாட்களில், குரோஸஸ் மன்னனின் நாட்டின் மீது ஸைரஸ் என்ற மன்னன் படையெடுத்து வந்தான். இருவரும் கடும் போர் புரிந்தனர்.

இறுதியில் குரோஸஸ் அவனுக்குப் பணிந்துபோக நேரிட்டது.

ஸைரஸ் வெற்றி பெற்றான். அவனுடைய வீரர்கள் நாட்டைக் கைப்பற்றி, குரோஸஸின் செல்வங்களைச் சூறை யாடி, எதிர்ப்பட்டவர்களையெல்லாம் வெட்டி வீழ்த்தி, கட்டடங்களுக்குத் தீ வைத்து வெறியாட்டம் ஆடி மகிழ்ந்தனர்.

அந்தப் படையிலிருந்த ஒரு வீரனிடம் குரோஸஸ் மன்னன் அகப்பட்டுக் கொண்டான். அவனை வெட்டி வீழ்த்தப் போன போது, அவனை அடையாளம் கண்டு கொண்டு தடுத்து நிறுத்தினான் ஸைரஸ் மன்னனின் மகன்.

பிறகு, வெற்றி விழாக் கொண்டாடி, விருந்துண்டு மகிழ்ந்திருந்த ஸைரஸ் மன்னனிடம் குரோஸஸ் மன்னனை விலங்கிட்டு இழுத்து வந்தனர். வெற்றிக் களிப்பில் மிதந்து கொண்டிருந்த ஸைரஸ், குரோஸஸைப் பார்க்க விரும்பாமல், அவனுக்கு மரண தண்டனை அளித்து விட்டான்.

பெரிய தீக்குண்டம் உண்டாக்கி, குரோஸஸை அதில் எறியப் போனார்கள். அப்பொழுது கிரேக்க ஞானி ஸோலன் கூறியது குரோஸஸுக்கு நினைவுக்கு வந்தது. உடனே அவனது கண்களிலிருந்து நீர் பெருகியது. உணர்ச்சிப் பெருக்கில், "ஸோலன்! ஸோலன்!" என்று உரக்கக் கத்தினான்.

மரண தண்டனைக் காட்சியைக் காண வந்திருந்த ஸைரஸின் காதில் குரோஸஸ் கூறிய அந்தச் சொற்கள் விழுந்தன. ஆனால், அவனுக்கு ஒன்றும் புரியவில்லை. உடனே தண்டனையை நிறுத்தி விட்டு தன்னிடம் அவனைக் கொண்டு வரும்படி கட்டளையிட்டுச் சபைக்குச் சென்றான்.

சபைக்குக் கொண்டு வரப்பட்ட குரோஸஸிடம், "ஏதோ சொன்னாயே, அது என்ன?" என்று விசாரித்தான் ஸைரஸ்.

கிரேக்க ஞானி ஸோலன், தன் ஆட்சிக் காலத்தின்போது வந்திருந்ததையும், மகத்தான உண்மை ஒன்றைத் தனக்கு உணர்த்தியதையும், உலகில் உள்ள செல்வங்கள், அரச பதவிகள் எல்லாவற்றையும் காட்டிலும் மதிப்புள்ளது அது என்றும் கூறி விட்டு, தனக்கும் ஞானிக்கும் நிகழ்ந்த உரையாடல்களை விவரமாகக் கூறினான் குரோஸஸ். மேலும், 'இப்பொழுது என் இறுதிக் காலத்தில், ஞானியின் அந்தச் சொற்கள் என் நினைவுக்கு வந்ததால், அவர் பெயரைக் கூவினேன்' என்றும் சொன்னான்.

இதைக்கேட்ட ஸைரஸ் உணர்ச்சி வசப்பட்டான். அவன் உள்ளம் மிகவும் நெகிழ்ந்து விட்டது. அவனிடம் இவன்பால் இரக்கம் மேலிட்டது.

'நானும் மனிதன்தானே! என் விதி நாளைக்கு எப்படி ஆகுமோ?' என எண்ணியவனாக, குரோஸஸை விடுவிக்கச் செய்தவன் அவனைக் கட்டித் தழுவினான்.

அது முதல் அவர்கள் இருவரும் மிகவும் நெருங்கிய நண்பர்கள் ஆகி விட்டனர்.

□□□

உலகப் புகழ்பெற்ற
டால்ஸ்டாய் நீதிக்கதைகள்

12 பொறுத்தவர் பூமியாள்வார்

"உன் முதலாளி, எனக்குக் கோபத்தைத் தூண்டி விடும்படி உனக்குக் கட்டளை இட்டிருக்கிறான். ஆனால் என் முதலாளியோ உன் முதலாளியைக் காட்டிலும் வலியுடையவன். உன்னிடத்தில் எனக்குக் கோபம் எதுவும் இல்லை. உன் முதலாளியிடம்தான் எனக்குக் கோபம். உன்னை நான் தண்டித்து விடுவேன் என்றுதானே நீ பயப்படுகிறாய். உன்னை நான் இதற்காகத் தண்டிக்கப் போவது இல்லை. உன் விருப்பம்போல் இவ்வளவு பேரும் அறிய உனக்கு விடுதலை அளிக்கிறேன். இனி, உன் விருப்பம் போல் எங்கே வேண்டுமானாலும் நீ போகலாம்" என்றார்.

பொறுத்தவர் பூமியாள்வார்

■ **குலத்தளவே ஆகுமாம் குணம்**

ஒரு ஊரில் பல ஆண்டுகளுக்கு முன் செல்வந்தன் ஒருவன் வாழ்ந்து வந்தான். அவன் எல்லோரிடமும் அன்பாக நடந்து கொண்டான். அவன் மிகவும் நல்லவனாகவும் இருந்தான். அவனிடம் ஏராளமான செல்வம் இருந்தது. அவனுக்கு வேலை செய்வதற்கென்று பல அடிமைகள் இருந்தார்கள். தங்கள் முதலாளியைப் பற்றி அந்த அடிமைகள் மிகவும் பெருமையாகப் பேசிக் கொள்வார்கள். "உலகத்தில் எங்கள் முதலாளியை விடச் சிறந்தவர் யாரும் இருக்க மாட்டார்கள். அவர் எங்களுக்கு நல்ல உணவும் உடையும் தருகிறார். எங்கள் சக்திக்கேற்ற வேலையைத் தான் கொடுக்கிறார். கோபம் என்பதே அவரிடம் சிறிதும் கிடையாது. கடுமையான வார்த்தைகள் எதையும் யாரிடமும் அவர் பேசியதில்லை. எல்லோருக்கும் நல்லதையே அவர் செய்கிறார். எங்கள் நலத்தையே நாடுகிறார். தங்களிடம் பணிபுரிபவர்கள் ஆடுமாடுகளைக் காட்டிலும் கேவலமாக நடத்தக்கூடிய மற்ற முதலாளிகளைப் போல அல்ல அவர். இதைக் காட்டிலும் சிறப்பான வாழ்க்கை எங்களுக்கு அமையாது" என அந்த அடிமைகள் கூறுவது வழக்கம்.

முதலாளியிடம் அந்த அடிமைகள் இவ்வளவு அன்பும் விசுவாசமும் வைத்திருப்பதைப் பார்த்த சாத்தானுக்குப் பொறுக்கவில்லை.

அந்த அடிமைகளில் ஆலப் என்ற ஒருவன் இருந்தான். அவனைத் தன்னுடன் துணைக்குச் சேர்த்துக் கொண்டு மற்ற அடிமைகளின் மனதை மாற்றத் திட்டம் போட்டது சாத்தான்.

"முதலாளியிடம் நல்ல முறையில் வேலை செய்கிறோம். அவருடைய விருப்பத்தை முன்னதாகவே அறிந்து கொண்டு அதைச் செய்து முடிக்கிறோம். அப்படி இருக்கும்போது அவர் நம்மிடம் எப்படி அன்பு பாராட்டாமல் இருக்க முடியும்? தான் இட்ட வேலையைச் செய்து முடித்தால் சாத்தானுக்குக் கூடத்தான் மகிழ்ச்சியாக இருக்கும். முதலாளியை அளவுக்கு மீறிப் புகழ்வது முட்டாள்தனம். அவருக்கு நாம் ஏதேனும் தீமை செய்வதாக இருந்தால் அவருக்கு எப்படி இருக்கும் என்பதையும் சிறிது யோசித்துப் பாருங்கள். அப்பொழுது மற்றவர்களைப் போலவேதான் அவரும் நடந்து கொள்வார்" இவ்வாறு கூறினான் ஆலப். மற்ற அடிமைகள் அவன் கூறியதை மறுத்துப் பேசினார்கள். கடைசியில் அவனிடம் ஒரு பந்தயமும் போட்டார்கள்.

முதலாளியின் கோபத்தைத் தூண்டி விடும் பொறுப்பை ஆலப் ஏற்றுக் கொண்டான். அதற்காக அவனை விலங்கு மாட்டியோ, சிறையில் அடைத்தோ தண்டனை வழங்கினால், அவனைத் தாங்கள் காப்பாற்றுவதாகவும், எந்த ஒரு சந்தர்ப்பத்திலும் அவனைக் காட்டிக் கொடுப்பதில்லை என்றும் மற்ற அடிமைகள் வாக்குறுதி அளித்தார்கள்.

மறுநாளே முதலாளிக்குக் கோபம் வரச் செய்வதற்கான ஏற்பாடுகளைச் செய்வதாக ஆலப் கூறினான். முதலாளியின் ஆடுகளை மேய்ப்பதுதான் ஆலப் செய்து கொண்டிருந்த வேலை. தான் மிகவும் அன்பு கொண்டிருந்த, தான் பெரிதும் விரும்பிய உயர்ரக ஆடுகளை அவன் பொறுப்பில் விட்டிருந்தார் முதலாளி.

சில நண்பர்கள் அன்று முதலாளி வீட்டுக்கு வந்திருந்தனர். அவர்களிடம் தன்னிடமுள்ள உயர் ரக ஆடுகளைக் காண்பிப் பதற்காகவே முதலாளி அவர்களைத் தன் வீட்டிற்கு அழைத் திருந்தார்.

"முதலாளிக்கு எப்படிக் கோபத்தை உண்டாக்கப் போகிறேன் என்பதைக் கவனியுங்கள்," என்று ஜாடை மூலம் மற்ற அடிமை களுக்கு ஆலப் தெரிவித்தான். அவர்களும் ஆவலோடு அவன் என்ன செய்யப் போகிறான் என்பதைக் கவனித்தார்கள். சாத்தானும் ஒரு மரத்தின் மேல் ஏறிக் கொண்டு நடப்பதை யெல்லாம் வேடிக்கை பார்த்துக் கொண்டிருந்தது.

முதலாளி தன் நண்பர்களுக்கு ஒவ்வொரு ஆடாகக் காண்பித்துக் கொண்டே வந்தார். "என்னிடம் இருக்கும் எல்லா ஆடுகளுமே உயர்ந்த ரகத்தைச் சேர்ந்தவைதான். ஆனாலும் இவற்றையெல்லாம் காட்டிலும் உயர்ரக ஆடு ஒன்று என்னிடம் உள்ளது. முறுக்கிய கொம்புகளுடைய அதை என் கண்ணின் மணியைப் போலக் கருதி நான் காப்பாற்றி வருகிறேன்" என்றார்.

முதலாளி இவ்வாறு சிறப்பித்துக் கூறிய அந்த ஆட்டை வேண்டும் என்றே மந்தைக்குள் விரட்டி விட்டு விட்டான் ஆலப். மற்ற ஆடுகளுடன் அந்த ஆடு போய்ச் சேர்ந்து விட்டதால், முதலாளி அதைக் குறிப்பாக விருந்தினர்களிடம் காண்பிக்க முடியாமல் போயிற்று. "ஆலப், தயவு செய்து அந்த ஆட்டைப் பிடித்துக் கொண்டு வா. மிகவும் கவனத்தோடு நீ அதைப் பிடித்து வரவேண்டும்" என்று அன்போடு கூறினார் முதலாளி.

ஆலப் உடனே சிங்கத்தைப்போல மந்தைக்குள் பாய்ந்து, அந்த உயர் ரக ஆட்டின் ரோமத்தைப் பற்றிப் பிடித்தான். அதன் இடது பின்னங்காலைப் பிடித்தவன் முதலாளி பார்த்துக் கொண்டிருக்கும் போதே குச்சியை ஒடிப்பதுபோல அதன் கால்களை முறித்தான். ரத்தம் சொட்டச் சொட்ட அந்த ஆடு தரையில் விழுந்தது. அதன் வலது காலைப் பற்றி மீண்டும் தூக்கினான்.

நண்பர்களும் அடிமைகளும் இந்தக் கோரக் காட்சியைக் கண்டு திகைத்துப் போய் ஓவென்று கத்தினார்கள். மரத்தின் மீது அமர்ந்து இதையெல்லாம் வேடிக்கை பார்த்துக் கொண்டிருந்த சாத்தானுக்கு அளவற்ற மகிழ்ச்சி. ஆனால் நடந்ததையெல்லாம் பார்த்துக் கொண்டிருந்த முதலாளியின் முகமோ கறுத்துப் போய். முகமும் சுருங்கி விட்டது. அவர் தன் தலையைக் கவிழ்த்துக் கொண்டார். அதற்குப் பிறகு அவர் ஒரு வார்த்தைகூடச் சொல்லவில்லை.

இனி என்ன நடக்கப் போகிறது என்பதை அறிய எதிர்பார்ப்புடன் அனைவரும் மௌனமாக நின்று கொண்டிருந்தனர். முதலாளி சிறிது நேரம்வரை மௌனமாக இருந்தார். பிறகு தனக்குத்தானே தலையை ஆட்டிக் கொண்டார். தன் மேல் இருந்த பாரத்தை உதறுவது போல் இருந்தது அவருடைய அந்த

செய்கை. பிறகு தலையை உயர்த்தி வானத்தைப் பார்த்தார். சிறிது நேரம் அப்படியே இருந்தார். அதற்குள் அவர் முகத்தில் கோபத்தினால் உண்டான சுருக்கங்கள் மறைந்து விட்டிருந்தன. இப்போது அவர் புன்னகை செய்தபடி அன்போடு ஆலப்பைப் பார்த்தார்.

"உன் முதலாளி, எனக்குக் கோபத்தைத் தூண்டி விடும்படி உனக்குக் கட்டளை இட்டிருக்கிறான். ஆனால் என் முதலாளியோ உன் முதலாளியைக் காட்டிலும் வலியுடையவன். உன்னிடத்தில் எனக்குக் கோபம் எதுவும் இல்லை. உன் முதலாளியிடம்தான் எனக்குக் கோபம். உன்னை நான் தண்டித்து விடுவேன் என்றுதானே நீ பயப்படுகிறாய். உன்னை நான் இதற்காகத் தண்டிக்கப் போவது இல்லை. உன் விருப்பம்போல் இவ்வளவு பேரும் அறிய உனக்கு விடுதலை அளிக்கிறேன். இனி, உன் விருப்பம் போல் எங்கே வேண்டுமானாலும் நீ போகலாம்" என்றார்.

பிறகு, நண்பர்களுடன் வீடு திரும்பினார்.

தோல்வியுற்ற சாத்தான், பற்களை நறநறவென்று கடித்துக் கொண்டு அந்த இடத்திலிருந்து ஓடி விட்டது.

உலகப் புகழ்பெற்ற
டால்ஸ்டாய் நீதிக்கதைகள்

13 உழைத்தால் உயரலாம்

"நான் தானியங்களை விற்பதும் இல்லை; வாங்குவதும் இல்லை; அவ்வளவு பெரியதொரு பாவத்தைச் செய்வது பற்றி என் காலத்தில் யாரும் எண்ணிக்கூடப் பார்த்திருக்க மாட்டார்கள். அந்தக் காலத்தில் ஒவ்வொருவருக்கும் தேவையான தானியம் அவரவரிடமே இருப்பு இருந்தது!

"இப்பொழுது தங்களுடைய உழைப்பினால் கிடைத்த பொருளை மட்டுமே வைத்துக் கொண்டு வாழ்வதை மனிதர்கள் கைவிட்டு விட்டார்கள்; மற்றவர்கள் பொருள் மீது ஆசை வைக்க ஆரம்பித்து விட்டார்கள். முன் காலத்தில் அப்படிப்பட்ட தொரு நிலை இல்லை. அப்பொழுது தங்களுக்கு ஆண்டவன் விதித்தபடியானதொரு வாழ்க்கையை அவர்கள் வாழ்ந்தனர். மேலும் அவர்கள் தங்களுக்குத் தாங்களே முதலாளிகளாக இருந்தனர். பிறர் பொருளைக் கவர்வதில் அவர்கள் மனம் சென்றதில்லை."

உழைத்தால் உயரலாம்

■ **அளவிற்கு மிஞ்சினால் அமிர்தமும் நஞ்சு**

அந்தக் கிராமத்திலிருந்த சிறுவர்கள் ஓரிடத்தில் மகிழ்ச்சியாக விளையாடிக் கொண்டிருந்தனர். அப்போது அவர்கள் அங்கிருந்த பாறையிலிருந்து முட்டைபோல் உருண்டையான பொருளொன்றைக் கண்டு எடுத்தனர். அது பார்ப்பதற்கு ஒரு தானிய மணியைப்போல இருந்தது. அதன் மத்தியில் கோடு ஒன்று இருந்தது. அவ்வழியே போய்க்கொண்டிருந்த நகரவாசி ஒருவன் அவர்கள் கையிலிருந்த அதைப்பார்த்து, சிறுவர்களிடம் ஒரு காசைக் கொடுத்து அதை வாங்கிக் கொண்டான்.

இதை அரசிடம் கொடுத்தால் தனக்கு நிறையப் பொருள் கிடைக்கும் என்று அவனுக்கு ஒரு எண்ணம் தோன்றியது. அதனால் அவன் நேராக அதை அரண்மனைக்கு எடுத்துச் சென்று ஜார் அரசனிடம் கொடுத்தான். அரசன் அவனுக்குச் சிறிதளவு பணம் கொடுத்து அனுப்பினான்.

அரசன், தன்னிடமிருந்த நிபுணர் குழுவை அழைத்து, அந்தப் பொருளை அவர்களிடம் கொடுத்து அது தானியமா அல்லது, முட்டையா என்பதை ஆராய்ந்து உடனே தனக்குத் தகவல் தெரிவிக்குமாறு கட்டளையிட்டான். நிபுணர்கள் அதைக் கவனமாக ஆராய்ந்து பார்த்தார்கள். அவர்களால் அது என்னவென்று சரியாகக் கண்டுபிடிக்க முடியவில்லை. அதை அரண்மனை ஜன்னல் அருகில் போட்டு வைத்தனர்.

ஒரு நாள் அந்த வழியே வந்த கோழி ஒன்று அதைக் கொத்தியது. அதனால் அதில் ஒரு துவாரம் விழுந்தது. அதைப்

பார்த்ததும் அது ஒரு தானிய மணிதான் என்பது உறுதியாயிற்று. அந்தச் செய்தியை அரசனிடம் தெரிவித்தார்கள்.

அரசன் அந்தத் தானியம் எங்கே, எப்பொழுது விளைந்தது என்பதைக் கண்டறிந்து கூறும்படி தன் அவையிலிருந்த நிபுணர்களுக்குக் கட்டளையிட்டான்.

நிபுணர்கள் மீண்டும் ஒன்று கூடி ஆலோசித்தார்கள். தங்களிடமிருந்த பழைய புத்தகங்களையெல்லாம் புரட்டிப் புரட்டிப் பார்த்தார்கள். ஒன்றும் விளங்கவில்லை. அரசனிடம் சென்று தங்களால் அதுபற்றி எதையும் கண்டுபிடிக்க இயலவில்லை என்பதைத் தெரிவித்தனர்.

ஒருவேளை வயது முதிர்ந்த விவசாயிகள் யாருக்காவது அதுபற்றித் தெரிந்திருக்கக்கூடும் என்றும் அவர்களிடம் வேண்டுமானால் அதுபற்றிக் கேட்கலாம் என்றும் நிபுணர்கள் யோசனை கூறினார்கள். உடனே அரசனின் கட்டளைப்படி காவலர்கள் அந்த ஊரிலிருந்த ஒரு வயதான விவசாயி ஒருவனைக் கூட்டி வந்தனர். அவனோ பற்களை இழந்தவனாகத் தள்ளாத வயதுடையவனாகத் தடியை ஊன்றிக் கொண்டு நடப்பவனாக இருந்தான்.

அவனிடம் அந்தத் தானிய மணியைக் காண்பித்து, "பெரியவரே, இந்தத் தானியம் எங்கே விளைந்ததாக இருக்கும்? நீர் இதை எப்போதாவது பயிர் செய்தது உண்டா?" என்று கேட்டான் அரசன்.

"இதைப் போன்றதொரு தானியத்தை நான் பார்த்ததும் இல்லை; பயிர் செய்ததும் இல்லை. என் தந்தையைக் கேட்டால் விவரம் தெரியலாம். அவருக்கு ஒருவேளை இதைப்பற்றித் தெரிந்தாலும் தெரிந்திருக்கலாம்" என்று கூறினான் அந்தக் கிழவன்.

உடனே ஓடிப்போய் அந்த விவசாயியின் தகப்பனைக் கூட்டிக்கொண்டு வந்தனர். அவன் கையில் ஒரு தடியின் உதவியுடன் நடந்து வந்தான். பார்வை அவனுக்கு நன்றாக இருந்தது. அவனிடம் அந்த தானிய மணியைக் காண்பித்து, முன்போலவே கேட்டான் அரசன்.

இவனுக்குக் காது சிறிது மந்தமாக இருந்தது. ஆயினும் பார்வை நன்றாக இருந்ததால் அதை அப்படியும் இப்படியும் புரட்டிப்

பார்த்து விட்டு, "என் காலத்தில் இதுபோன்றதொரு தானியத்தை யாரும் பயிரிட்டதும் இல்லை. யாரும் வாங்கியதும் இல்லை. மேலும், என் காலத்தில் பணம் என்பது புழக்கத்தில் இல்லை. ஒவ்வொருவரும் தங்களுக்குத் தேவையான அளவு தானியத்தை மட்டும் பயிர் செய்து கொண்டார்கள். தங்களிடம் இல்லாததைப் பண்டமாற்றுச் செய்து கொண்டார்கள். இது எங்கே விளைந்தது என்பது எனக்குத் தெரியாது. ஆனால் இப்போது இருக்கும் தானியங்களைக் காட்டிலும் இது சற்றுப் பெரியதாகத்தான் இருக்கிறது. என்றாலும் இவ்வளவு பெரிய தானியத்தை நான் இதற்கு முன் பார்த்ததே இல்லை. என் தந்தை இதுபற்றி ஒரு முறை என்னிடம் சொல்லக் கேட்டிருக்கிறேன், அவரைக் கேட்டால் இதற்கான விடை கிடைக்கும்" என்றான்.

அவனுடைய தகப்பனைக் கூட்டிவர ஆள் அனுப்பினான் அரசன். அவனோ கையில் தடியேதும் இல்லாமல், தள்ளாட்ட மேதுமில்லாமல் தெம்பாக, கம்பீரமாக நடந்து வந்தான். அவனுடைய பார்வையும் தெளிவாக இருந்தது. காதும் அவனுக்கு நன்றாகக் கேட்டது. பேச்சிலும் தடுமாற்றமேதும் இருக்கவில்லை. அவனிடம் அந்த தானியத்தைக் காண்பித்து, முன்போலவே அரசன் கேட்டான்.

அதை உற்றுப் பார்த்து விட்டு, "இதைப் போன்ற தானியத்தை நான் பார்த்து வெகு நாட்கள் ஆகின்றன" என்றான் அந்தக் கிழவன்.

"அப்படியானால், இது எங்கே பயிர் செய்யப்பட்டது? நீ இதை எப்போதாவது பயிர் செய்திருக்கிறாயா? அல்லது யாரிட மிருந்தாவது வாங்கியிருக்கிறாயா?" என அடுக்கடுக்காகக் கேள்வி மேல் கேள்விகளாகக் கேட்டுக் கொண்டே போனான் அரசன்.

"இதைப்போன்ற தானியம் என் காலத்தில் எல்லா இடங்களி லுமே விளைந்தது. நானும் இதைப் பயிர் செய்திருக்கிறேன்" என்றான் அவன்.

அவனிடம் மேலும் சில கேள்விகளைக் கேட்டான் அரசன்.

அவன் கேட்ட கேள்விகள் எல்லாமே கிழவனுக்குச் சிரிப்பை வரவழைப்பவையாக இருந்தன. ஆனால் அதைச் சற்று அடக்கிக் கொண்டு, "நான் தானியங்களை விற்பதும் இல்லை; வாங்குவதும்

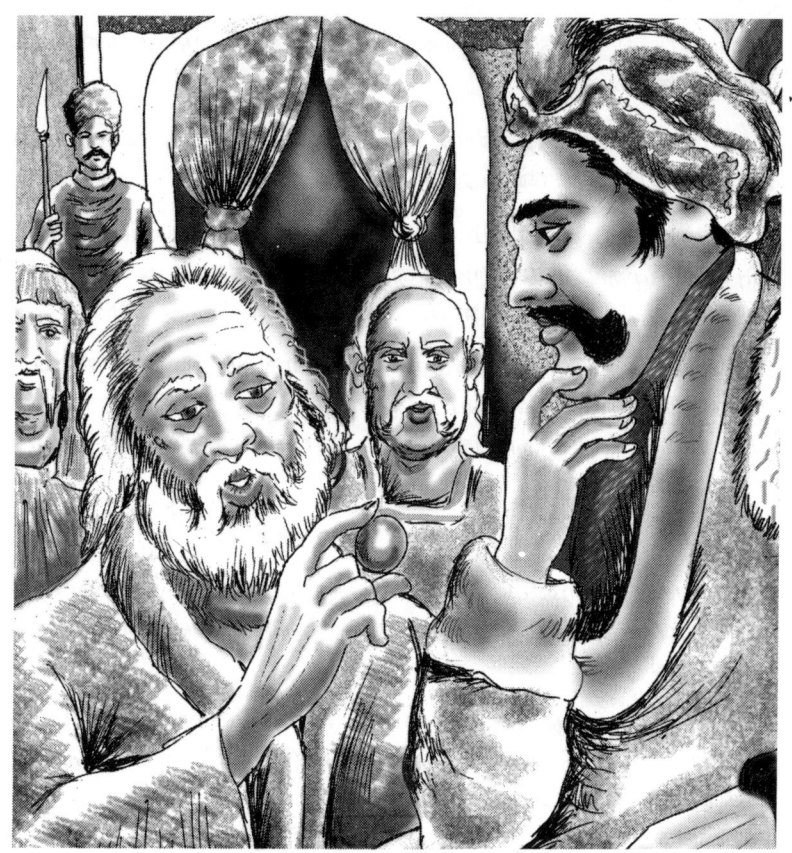

இல்லை; அவ்வளவு பெரியதொரு பாவத்தைச் செய்வது பற்றி என் காலத்தில் யாரும் எண்ணிக்கூடப் பார்த்திருக்க மாட்டார்கள். அந்தக் காலத்தில் ஒவ்வொருவருக்கும் தேவையான தானியம் அவரவரிடமே இருப்பு இருந்தது!" என்று கூறினான்.

"நீ இதை எங்கே பயிரிட்டாய்? உன் நிலம் இப்போது எங்கே உள்ளது?" என்று கேட்டான் அரசன்.

"ஆண்டவன் படைத்த இந்த பூமிதான் என் நிலமாக இருந்தது. நான் அப்போது உழுத இடம் எல்லாம் என்னுடைய நிலமாகத்தான் இருந்தது. அந்தக்காலத்தில் இருந்த நிலம் எல்லாமே எல்லோருக்கும் உரிமையாயிருந்தது. எங்கள் காலத்தில் தங்களுடையது என்று யாருமே எதையும் சொந்தம் கொண்டாடியதில்லை. தன்னுடையது என்று ஒருவன் சொல்லிக் கொள்ளக்

கூடியதாக இருந்தது அவனுடைய உழைப்பு மட்டுமே" என்றான் அந்த முதியவன்.

மேலும் தனது இரண்டு கேள்விகளுக்குப் பதில் கூறுமாறு அவனைக் கேட்டான் அரசன்.

"இத்தகைய தானியம் முன்பு மட்டும் எப்படி விளைந்தது? இப்பொழுது அவ்வாறு அது விளையாதது ஏன்? என்பது அரசனுடைய முதல் கேள்வி.

"உங்கள் மகனும் பேரனும் தள்ளாடித் தடி ஊன்றி நடக்கும்போது, நீ மட்டும் நன்றாக நிமிர்ந்து நடக்கிறாய், உன் பற்கள் விழாமல் இருப்பதும் உன் பார்வை தெளிவோடும், குரல் தடுமாறாமலும் இருப்பதும் எப்படி?"

இது அரசன் கேட்ட இரண்டாவது கேள்வி.

"உங்களது இரண்டு கேள்விகளுக்கும் காரணம் இதுவே" என நிதானமாக அவனுக்குப் பதில் கூறத் தொடங்கினான் வயதான அந்த மனிதன்.

"இப்பொழுது தங்களுடைய உழைப்பினால் கிடைத்த பொருளை மட்டுமே வைத்துக் கொண்டு வாழ்வதை மனிதர்கள் கைவிட்டு விட்டார்கள்; மற்றவர்கள் பொருள் மீது ஆசை வைக்க ஆரம்பித்து விட்டார்கள். முன் காலத்தில் அப்படிப்பட்ட தொரு நிலை இல்லை. அப்பொழுது தங்களுக்கு ஆண்டவன் விதித்தபடியானதொரு வாழ்க்கையை அவர்கள் வாழ்ந்தனர். மேலும் அவர்கள் தங்களுக்குத் தாங்களே முதலாளிகளாக இருந்தனர். பிறர் பொருளைக் கவர்வதில் அவர்கள் மனம் சென்றதில்லை."

அரசன் இப்போது பலமாக சிந்திக்க ஆரம்பித்தான்.

❏ ❏ ❏

உலகப் புகழ்பெற்ற
டால்ஸ்டாய் நீதிக்கதைகள்

14 அன்பே வெல்லும்

"**என்** சொற்படி நீ நடந்து கொள்ளவில்லை. முதலில் இந்த அறையை நீ திறந்திருக்கவே கூடாது. நீ செய்த இரண்டாவது தவறு, சிங்காதனத்தில் அமர்ந்து செங்கோலைக் கையில் எடுத்துக் கொண்டது. மூன்றாவது தவறு உலகுக்குப் பல தீமைகளைச் செய்தது. இன்னும் அரை மணி நேரம் சிங்காதனத்தில் நீ அமர்ந்து இருந்தாயானால் மனித வர்க்கத்தில் பாதியை அழித்திருப் பாய்!"

அன்பே வெல்லும்

■ ஆட்டிற்கு வாலை அளந்து வைத்தவன் புத்திசாலி

கிராமத்தில் ஏழை விவசாயி ஒருவன் இருந்தான். அவனுக்குப் பல ஆண்டுகளுக்குப் பிறகு மகன் ஒருவன் பிறந்தான். அதற்காக அவன் அடைந்த மகிழ்ச்சிக்கு அளவேயில்லை.

தன் மகனுக்கு 'ஞானத் தந்தை'யாக இருக்க வேண்டுமென்று பக்கத்து வீட்டுக்காரனைக் கேட்டான் அந்த விவசாயி. ஏழையின் மகனுக்கு 'ஞானத் தந்தை'யாக இருக்க விரும்பாத அவன் அதற்கு மறுத்து விட்டான். அடுத்து அடுத்துப் பலரைக் கேட்டுப் பார்த்தான். அவர்களும் மறுத்து விட்டனர். அவன் ஏழை என்பதாலேயே எல்லோரும் அப்படி மறுத்துக் கூறினார்கள்.

மிகவும் சோர்வுடன் அடுத்த கிராமத்துக்குச் சென்று கொண்டிருக்கையில் அவன் வழிப்போக்கன் ஒருவனைக் கண்டான். அவனிடம் நடந்த விவரங்களைக் கூறினான். அவன் மகனுக்கு தான் ஞானத் தந்தையாக இருக்க சம்மதித்தான் அந்த வழிப்போக்கன்.

விவசாயிக்கு இதனால் மிகுந்த மகிழ்ச்சி உண்டாயிற்று. அவன் வழிப்போக்கனுக்கு நன்றி கூறி விட்டு, 'ஞானத் தாயாக இருக்கும் படி யாரைக் கேட்பது?' என்று அவனிடமே கேட்டான்.

'எனக்குத் தெரிந்த நகரத்தில் கடை நடத்தும் வியாபாரி ஒருவன் இருக்கிறான். அவன் மகளைப் பார்த்து 'ஞானத் தாயாக' இருக்கும்படி அவளைக் கேட்டுக் கொள்' என்றான் வழிப் போக்கன்.

"வியாபாரி ஏழையான என் கோரிக்கைக்குச் சம்மதிப்பானா? என்னை வெறுக்க மாட்டானா? என்மேல் கோபப்பட மாட்டானா? மறுத்து விடுவானா?" என்றெல்லாம் கவலையுடன் கேட்டான் விவசாயி.

"ஏழையாக இருப்பது உன்னுடைய தவறு அல்ல; தயங்காமல் நீ போய்க் கேள்; நாளைக் காலையில் ஞான ஸ்நானத்துக்கு ஏற்பாடு செய்; குறிப்பிட்ட நேரத்துக்கு நான் அங்கு வந்து சேருகிறேன்" என்றான் வழிப்போக்கன்.

விவசாயி வியாபாரியிடம் போய் விவரத்தைக் கூறினான். "ஞானஸ்நானம் எப்பொழுது?" என்று கேட்டான் அந்த வியாபாரி. நாளைக் காலையில் என்றான் விவசாயி. "கடவுள் உன்னை ஆசிர்வதிப்பாராக! நாளைக் காலையில் என் மகள் உன் வீட்டுக்கு வருவாள் போய் வா" என்றான் வியாபாரி.

மறுநாள் காலையில் வழிப்போக்கனும் வியாபாரியின் மகளும் விவசாயி வீட்டுக்குக் குறித்த நேரத்தில் வந்து சேர்ந்தனர். குழந்தைக்கு அன்று முறைப்படி ஞானஸ்நானம் செய்து வைக்கப்பட்டது. அந்த சடங்குகள் முடிந்ததுமே ஞானத் தந்தையான வழிப்போக்கன் யாரிடமும் சொல்லாமல் கொள்ளாமல் அங்கிருந்து புறப்பட்டுச் சென்று விட்டான். அதன் பின் அவனை யாருமே பார்க்கவில்லை.

விவசாயியின் மகன் மிகவும் சுறுசுறுப்புடனும் புத்திசாலித் தனத்துடனும், பணிவுடனும், உடல் வலிமையோடும் வளர்ந்தான். பெற்றோர் அதைப் பார்த்து மகிழ்ந்தனர். பத்து வயது நிரம்பியதும் அவனைப் பள்ளிக்கு அனுப்பி வைத்தனர். ஐந்து ஆண்டுகளில் கற்றுக் கொள்ள வேண்டியதையெல்லாம் அவன் ஒரே ஆண்டில் கற்றுத் தேர்ந்தான். படிப்பு முடிந்தது. ஈஸ்டர் பண்டிகை சமயத்தில் அவன் தன்னுடைய ஞானத் தாயைப் பார்க்கச் சென்றான். அங்கிருந்து திரும்பி வந்து, "என் ஞானத் தந்தை எங்கே? அவருக்கு நான் என் வணக்கத்தைத் தெரிவிக்க வேண்டும்" என்றான். பெற்றோர்களுக்கே தெரியாது அவர் எங்கே இருக்கிறார் என்பது.

"ஞானஸ்நானத்துக்குப் பிறகு அவரை நாங்கள் பார்க்கவே யில்லை. அவரைப் பற்றி எங்களுக்கு ஒன்றும் தெரியாது" என்று

அவர்கள் மிகவும் வருத்தத்தோடு கூறினார்கள். அவரைத் தேடிக் கண்டுபிடித்து வருவதற்காகப் பெற்றோரின் அனுமதி பெற்றுப் புறப்பட்டான் அவன்.

நெடுஞ்சாலை வழியே அவன் நடந்து சென்று கொண்டிருக்கும்போது வழியில் ஒருவனை அவன் சந்தித்தான். "சிறுவனே! நீ எங்கே போகிறாய்?" என்று கேட்டான் அந்த ஆள். "ஞானத் தந்தை இருக்குமிடம் தேடிப் போகிறேன்" என்றான் சிறுவன்.

"அது நான்தான்!" என்றான் அந்த வழிப்போக்கன். சிறுவனுக்கோ மகிழ்ச்சி தாங்க முடியவில்லை. அவனைக் கட்டியணைத்துக் கொண்டான்.

"நீங்கள் இப்பொழுது எங்கே போகிறீர்கள்? எங்கள் குடிசைக்கு நீங்கள் கட்டாயம் வரவேண்டும்; உங்கள் ஊருக்குப் போவதானால் நானும் உங்களுடன் வருகிறேன்" என்றான் சிறுவன்.

"இப்பொழுது எனக்குக் கிராமத்தில் கொஞ்சம் வேலை இருக்கிறது. சிறிது நாள் கழித்து நான் திரும்ப வருவேன். அப்போது வந்து நீ என்னைப் பார்க்கலாம்" என்றான் வழிப்போக்கன்.

"உங்கள் வீட்டை எப்படிக் கண்டுபிடிப்பது?" என்று கேட்டான் சிறுவன்.

அதற்கு ஞானத் தந்தை, "உதயசூரியனை நோக்கி நடந்து வா. அங்கே ஒரு காடு இருக்கும். அதன் மத்தியில் வெட்டவெளி யிருக்கும். அங்கே உட்கார்ந்து இளைப்பாறிக் கொண்டே என்ன நிகழ்கிறது என்பதைக் கவனி. பிறகு, காட்டை விட்டு வந்தாயானால் ஒரு தோட்டம் இருக்கும். அங்கே பொன் கூரை வேய்ந்த குடிசை ஒன்று இருக்கும். அதுவே என் வீடு. அங்கே வா. நான் உன்னை அங்கு வந்து சந்திக்கிறேன்" என்று கூறிவிட்டு மறைந்து விட்டான்.

அவன் கூறியபடியே நடந்து சென்ற சிறுவன் காட்டின் மத்தியில் இருந்த வெட்டவெளியை அடைந்தான். அங்கே மரம் ஒன்று தெரிந்தது. அதன் கிளையில் கயிறு கட்டப்பட்டிருந்தது.

அதன் மற்றொருமுனையில் கனத்த மரக்கட்டை ஒன்று தொங்கிக்கொண்டிருந்தது. அதன் கீழே ஒரு பாத்திரத்தில் தேன் வைக்கப்பட்டிருந்தது.

அதைப் பார்த்த சிறுவன் ஆச்சரியப்பட்டுக் கொண்டிருக்கும் போதே, அருகிலிருந்த காட்டிலிருந்து சில கரடிகள் அங்கு வந்தன. அதிலிருந்த தாய்க் கரடி தேன் பாத்திரத்தின் அருகில் சென்றது. குட்டிகளும் அதைத் தொடர்ந்து சென்றன. அவை அங்கிருந்த தேனைக் குடிக்க முயன்றபோது, மேலே தொங்கிக் கொண்டிருந்த மரக்கட்டைகள் ஆடி அசைந்து அவற்றின் முகத்தில் தாக்கின. அதைத் தாய்க் கரடி கோபத்துடன் அப்பால் தள்ளியது. தள்ளிய வேகத்திலேயே திரும்பி வந்த கட்டை இரண்டு குட்டிகளைத் தாக்கியது. அவை அலறிக் கொண்டே போய் தூரத்தில் விழுந்தன. அதனால் மேலும் கோபம் கொண்ட பெரிய கரடி மேலும் வேகமாக மறுபடியும் கட்டையைத் தள்ளி விட்டது.

அந்தக் கட்டை திரும்பி வந்து தாக்கியதால் கரடிக் குட்டி ஒன்று இறந்து விட்டது. மறுபடியும் மிகக் கோபத்தோடும் பலத்தோடும் கட்டையைத் தள்ளி விட்டுத் தேனைக் குடிக்க முற்பட்டது கரடி. ஆனால், அப்பொழுது பெரிய கரடியையே அந்தக் கட்டை தாக்கிக் கொன்று விட்டது. இதைப் பார்த்து பயந்த மற்ற குட்டிகள் ஓடிப்போய் விட்டன.

இதைப் பார்த்துக் கொண்டிருந்த சிறுவன் வியப்படைந்தான். பிறகு தோட்டத்துக்குள் போனதும் பொன் வேய்ந்த மண்டபம் ஒன்று அங்கு இருந்தது. அங்கேயிருந்த ஞானத்தந்தை புன்னகை யோடு சிறுவனை வரவேற்று உள்ளே கூட்டிக் கொண்டு போனான். அந்த மண்டபம் உள்ளே மிகவும் அழகாக இருந்தது. ஒவ்வொரு அறையாக அவன் சிறுவனுக்குச் சுற்றிக் காண்பித் தான். மூடப்பட்டிருந்த ஒரு அறைக்கு முன்னால் கடைசியாக அவர்கள் வந்து சேர்ந்தனர்.

அப்பொழுது, "இங்குள்ள கதவு உன் கண்ணுக்குத் தெரிகிறதா? அது பூட்டப்படவில்லை. ஆனாலும் அதைத் திறக்கக் கூடாது. இங்கே உன் விருப்பம்போல் எந்த இடத்திலும் நீ விளை யாடலாம். ஆனால் இந்த அறைக்குள் மட்டும் போகக்கூடாது. எப்பொழுதேனும் போக ஆசைப்பட்டால் காட்டிலே கரடி

பட்ட பாட்டை நினைத்துப் பார்த்துக்கொள்" என்று கூறி விட்டு அவன் மறைந்து விட்டான்.

சிறுவன் அங்கு வந்து சேர்ந்து மூன்று மணி நேரம் ஆகியிருக்கும். அவன் மகிழ்ச்சியுடன் அங்கு ஓடி ஆடி விளையாடினான். பிறகு ஆட்டத்தை நிறுத்திவிட்டு யோசித்துப் பார்த்தபோது முப்பது ஆண்டுகளாக அங்கே தங்கியிருந்ததுபோன்ற உணர்வு ஏற்பட்டது அவனுக்கு.

அந்த சமயத்தில் மூடப்பட்டிருந்த அறை பற்றி அவனுக்கு நினைவுக்கு வந்தது. அதனுள்ளே சென்று பார்க்க வேண்டும் என்ற ஆவல் அவனுக்கு உண்டாயிற்று. அதனால் அந்த அறைக் கதவைத் தள்ளினான். அது உடனே திறந்து கொண்டது. மற்ற அறைகளைக் காட்டிலும் அந்த அறை மிகவும் பெரிதாகவும் அழகாகவும் இருந்தது. அங்கே இருந்த ஒரு தங்கச் சிம்மாசனத்தைப் பார்த்த அவன் அதில் போய் அமர்ந்து கொண்டான். அதனருகே செங்கோல் ஒன்று இருந்தது. அதைக் கையில் எடுத்தான். உடனே சுற்றிலும் இருந்த நான்கு சுவர்களும் மறைந்து விட்டன. இப்போது உலகத்தையும் அதிலுள்ள மக்களையும் அவன் கண்டான். கடலும் கப்பல்களும்கூட அங்கிருந்தபடியே அவன் கண்களுக்குத் தெரிந்தன.

அவனுடைய ஆசை இப்போது மேலும் அதிகரித்தது! தன்னுடைய நிலம் எப்படி இருக்கிறது என்பதைக் காண அவன் ஆசைப்பட்டான். உடனே அவன் நிலம் கண்ணுக்குத் தெரிந்தது. அதைக் கூர்ந்து பார்த்தான். அவர்கள் நிலத்திலிருந்து தானியங்களை யாரோ வண்டியில் ஏற்றிக் கொண்டிருந்தார்கள். உடனே, "அப்பா! நிலத்திலிருந்து தானியங்களைத் திருடி வண்டியில் ஏற்றுகிறார்கள்!" என்று உரக்கக் கத்தி விட்டான் சிறுவன்.

அவன் தந்தை உடனே விழித்துக் கொண்டு, 'தானியங்களை யாரோ திருடிச் செல்வது போலக் கனவு வருகிறதே. உடனே அங்கு போய்ப் பார்த்தால் என்ன' என்று எண்ணியவனாய், குதிரையில் ஏறிப் புறப்பட்டார் நிலத்துக்கு. அங்கு தானியங்களைத் திருடிக் கொண்டிருந்த திருடனைப் பார்த்துக் கத்தினார். பலர் ஓடிவந்து திருடனைப் பிடித்துக் கட்டி வைத்து அடித்துச் சிறைக்கு அனுப்பினார்கள்.

அடுத்து, தான் விரும்பியபடி ஞானத்தாய் இருந்த நகரைச் சிறுவன் பார்த்தான். அப்போதுதான் அவளுக்குத் திருமணம் நடைபெற்றிருந்தது. அப்பொழுது அவள் தூங்கிக் கொண்டிருந்தாள். அவள் கணவனோ மெல்ல எழுந்து தன் ஆசை நாயகியைக் காண்பதற்காக அங்கிருந்து புறப்பட்டான். உடனே சிறுவன் கூச்சல் போட்டு அவளை எழுப்பி விட்டான். அவள் கணவனை வெளியே எங்கும் செல்ல விடாமல் தடுத்து விட்டாள்.

பிறகு, சிறுவன் தன் தாயாரைப் பார்க்க ஆசைப்பட்டான். அவள் குடிசையில் தூங்கிக் கொண்டிருந்தாள். அந்தச் சமயம் திருடன் ஒருவன் உள்ளே நுழைந்து அங்கிருந்த பணப்பெட்டியைத் திறந்து கொண்டிருந்தான். தாய் எழுந்து கூச்சலிட்டாள். திருடன் கத்தியைக் காட்டி அவளைக் கொன்று விடப்போவதாகப் பயமுறுத்தினான்.

அதைக் காணப் பொறுக்காத சிறுவன் தன் கையிலிருந்த செங்கோலைத் திருடனின் மீது எறிந்தான்.

திருடன் மீது அது பட்டதும் அவன் மாண்டு விட்டான்.

அவன் திருடனைக் கொன்ற மறுகணமே அந்த மண்டபத்தின் சுவர்கள் தானாகவே மூடிக் கொண்டன. அறை இப்போது முன்போலவே ஆகி விட்டது. பின்னர் கதவு திறந்து கொண்டது. ஞானத் தந்தை உள்ளே நுழைந்தார். அவர் சிறுவனைச் சிங்காதனத்திலிருந்து இறக்கி விட்டார்.

"என் சொற்படி நீ நடந்து கொள்ளவில்லை. முதலில் இந்த அறையை நீ திறந்திருக்கவே கூடாது. நீ செய்த இரண்டாவது தவறு, சிங்காதனத்தில் அமர்ந்து செங்கோலைக் கையில் எடுத்துக் கொண்டது. மூன்றாவது தவறு உலகுக்குப் பல தீமைகளைச் செய்தது. இன்னும் அரை மணி நேரம் சிங்காதனத்தில் நீ அமர்ந்து இருந்தாயானால் மனித வர்க்கத்தில் பாதியை அழித்திருப்பாய்!" என்று கூறி, அவன் கையைப் பிடித்து அழைத்துக் கொண்டு போய் சிங்காதனத்தில் அமர்ந்து கொண்டு செங்கோலைக் கையில் எடுத்துக் கொண்டான். அந்த விநாடியே அறையின் சுவர்கள் மறைந்தன. அவர்கள் கண் முன்னே உலகம் தெரியத் தொடங்கியது.

சிறுவனை நோக்கி, "உன் தந்தைக்கு நீ செய்த கொடுமையை நீயே உன் கண்ணால் பார். உங்கள் வீட்டுத் தானியத்தைத் திருடியவனை சிறைக்கு அனுப்பினாயே... சிறையில் அவன் எல்லாவிதமான தீமைகளையும் செய்யக் கற்றுக் கொண்டான். வெளியே வந்ததும் உன் தந்தைக்குச் சொந்தமாக இருந்த இரண்டு குதிரைகளையும் அவன் திருடிக் கொண்டு விட்டான். இப்போது உங்கள் பயிர்களுக்கு நெருப்பு வைத்துக் கொண்டிருக்கிறான் பார்!" என்றான் ஞானத் தந்தை.

பின்னர் சிறுவனின் கண்களை மூடி, அவன் முகத்தை வேறு திக்கில் திருப்பினான்.

"உன் ஞானத் தாயின் நிலையைப் பார். அவள் கணவன் அவளை விட்டுப் போய் ஓர் ஆண்டுக்கு மேல் ஆகிறது. உன்னால் தான் அவள் வாழ்க்கை பாழாகி விட்டது" என்றான் ஞானத் தந்தை.

மறுபடியும் அவன் கண்களை மூடச் செய்து அவன் முகத்தை வேறொரு திசையில் திருப்பினான்.

அங்கே சிறுவனின் தாய் கண்ணீர் சிந்தி அழுது கொண்டிருந்தாள். "திருடன் என்னைக் கொன்று விட்டுப் போயிருந்தால் என்னுடைய பாவச்சுமைகளாவது குறைந்திருக்குமே" என அவள் கதறினாள்.

"உன்னால் கொல்லப்பட்ட திருடன் இதுவரை ஒன்பது பேர்களைக் கொன்றிருக்கிறான். அவனைக் கொல்லாமல் நீ விட்டிருந்தால் அவன் தன்னுடைய பாவங்களுக்கெல்லாம் தானே பரிகாரம் தேட வேண்டிய நிலை ஏற்பட்டிருக்கும். ஆனால், இப்பொழு துள்ள நிலையே வேறு. அவனுடைய பாவங்களையெல்லாம் நீ ஏற்றுக் கொண்டு விட்டாய். உனக்கு நீயே தேடிக் கொண்ட வினை இது. உனக்கு முப்பது ஆண்டுகள் அவகாசம் தருகிறேன். நீ உன் உலகத்துக்குச் சென்று அந்தக் கொலைகாரனின் பாவத்துக்குப் பிராயச்சித்தம் செய்து விட்டு வா. அந்தக் காலத்திற் குள் உன்னால் பிராயச்சித்தம் செய்ய இயலாவிட்டால் அவன் போன இடத்துக்கே நீயும் போக வேண்டியதுதான். அதுதான் உன் விதி!" என்றான்.

"பிராயச்சித்தம் எவ்வாறு செய்வது?" என்று சிறுவன் கேட்டான்.

"இந்த வழியாக நீ நேராகப் போய்க் கொண்டே இருந்தால் ஒரு வயல் வரும்; பலர் அங்கே வேலை செய்து கொண்டிருப்பார்கள். அவர்கள் என்ன செய்கிறார்கள் என்பதைக் கூர்ந்து கவனி. நீ அறிந்ததையெல்லாம் அவர்களுக்குக் கற்றுக்கொடு; பிறகு உன் பயணத்தைத் தொடர். நான்காம் நாள் பயணத்தின் போது ஒரு காடு தென்படும். அங்கே துறவி ஒருவர் தன்னுடைய ஆசிரமத்தில் அமர்ந்திருப்பார். அவரிடம் நிகழ்ந்ததைத் தெரிவி. அவர் உனக்குப் பரிகாரம் கூறுவார். அதையெல்லாம் அவன் கூறிய திசையில் சென்று நீ நிறைவேற்றினால் உன் பாவங்களுக்கு நீ பிராயசித்தம் செய்தவனாவாய்" என்று கூறிச் சிறுவனைக் கதவுக்கு வெளியே கொண்டு வந்து விட்டுச் சென்றான் ஞானத் தந்தை.

சிறுவன் அவன் கூறிய திசையில் நடந்தான். இப்போது 'உலகில் நிகழும் தீமைகளைத் தடுப்பது எப்படி?' என்பதே அவனது சிந்தனையாக இருந்தது. அதைப்பற்றிச் சிந்தித்துக் கொண்டே வயலை அடைந்தான்.

வயலில் பயிர் விளைந்து அறுவடைக்குத் தயாராக இருந்தது. அதில் இறங்கி மேய்ந்து கொண்டிருந்த ஒரு கன்றுக்குட்டியை விவசாயிகள் விரட்டி அடித்துக் கொண்டிருந்தார்கள். "ஐயையோ! என் கன்றுக்குட்டியை ஏன் சாகடிக்கிறீர்கள்?" என்று அதைப் பார்த்ததும் கத்தினாள் கன்றுக்குட்டியின் சொந்தக் காரியான கிழவி.

பிறகு ஏதோ சொல்லிக் கிழவி கன்றுக் குட்டியைக் கூப்பிட்டதும், அது ஓடி வந்து அவள் மடியில் முகத்தை வைத்துக் கொண்டது. இதைப் பார்த்ததும் எல்லோருக்கும் ஆச்சரியமாயிருந்தது.

சிறுவன், "தீமையைத் தீமையால் அகற்ற முடியாது!" என்பதை இப்போது புரிந்து கொண்டான். அப்படித் தீமையால் தீமையைப் போக்க முயன்றால் அது மேலும் வளரவே செய்யும் என்று மனதுக்குள் எண்ணிக் கொண்டே மேலும் நடந்து சென்றான்.

கடைசியில் ஒரு கிராமத்துக்கு வந்து சேர்ந்தான். அங்கே ஒரு குடிசை இருந்தது. அதில் அந்த வீட்டுக்குச் சொந்தக்காரி மட்டுமே இருந்தாள். அவளிடம் இரவு அங்கே தங்கியிருக்க அனுமதி பெற்றான். அவள் மிகவும் நல்லவள். அவன் அங்கே போனபோது அங்கிருந்த மேஜைகளை அவள் துடைத்துக் கொண்டிருந்தாள். ஆனால் எவ்வளவு துடைத்தும் மேஜை சுத்தமாகாமல் இருந்தது. "என்ன செய்து கொண்டிருக்கிறீர்கள்?" என்று சிறுவன் கேட்டான். "பார்த்தால் தெரியவில்லையா? என்ன துடைத்தும் இந்த மேஜை சுத்தமாகவில்லையே!" என்றாள் அவள்.

"சிறிது தண்ணீரைத் தெளித்து விட்டுத் துடைத்தால் அது சுத்தமாகி விடும்" என்றான் அவன். அவளும் அப்படியே செய்தாள். இப்போது மேஜை பளிச்சென்று ஆகி விட்டது. விடிந்ததும் சிறுவன் விடை பெற்றுக் கொண்டு அங்கிருந்து புறப்பட்டான்.

அவன் வெகுதூரம் நடந்து இப்போது ஒரு காட்டுக்கு வந்து சேர்ந்திருந்தான். அங்கே சிலர் ஒரு கம்பியை வளையமாகச் செய்து கொண்டிருந்தனர். ஆனால், அதற்கான அச்சு ஆடிக் கொண்டிருந்ததால் என்ன முயன்றும் அவர்களால் அதைச் செய்து முடிக்க முடியவில்லை.

அவர்கள் செய்து கொண்டிருந்த தவறைச் சுட்டிக்காட்டினான் சிறுவன். பிறகு இரவு அவர்களுடன் தங்கியிருந்து விட்டு விடிந்ததும் விடை பெற்றுக் கொண்டு அங்கிருந்து புறப் பட்டான்.

மறுநாள் முழுவதும் அவன் நடந்து போய்க் கொண்டே யிருந்தான். வழியில் சிலர் கால்நடைகளை மேய்த்துக் கொண்டிருந்ததைக் கண்டான். அவர்கள் காய்ந்த சுள்ளிகளைக் கொளுத்தி நெருப்பு மூட்டிக் கொண்டிருந்தனர். பிறகு எரியும் நெருப்பில் ஈரச் சுள்ளிகளைப் போட்டனர். அதனால் தீ அணைந்து விட்டது. திரும்பத் திரும்ப அவர்கள் இப்படியே செய்து கொண்டிருந்தார்கள்.

அதைக் கவனித்த சிறுவன், "தீ நன்றாக எரிந்த பின்னர் ஈரக்குச்சிகளைப் போடுங்கள். அவசரப்பட்டு முதலிலேயே

அவற்றைப் போட்டால் தீ அணைந்து விடும்!" என்றான். அவர்களும் அப்படியே செய்தார்கள். சிறிது நேரம் அவர்களுடன் இருந்து விட்டுப் புறப்பட்டான் சிறுவன்.

அதுவரை நடந்தவற்றை எல்லாம் யோசித்துக் கொண்டே அவன் நடந்து கொண்டிருந்தான். கடைசியாகத் துறவியின் குடிசைக்கு வந்து சேர்ந்தான். அந்தக் கதவைத் தட்டினான். 'யார் அது?' என்று உள்ளே இருந்து குரல் கேட்டது. "மற்றவர்கள் பாவங்களுக்காகப் பிராயச்சித்தம் செய்ய வேண்டி ஒரு பெரும்பாவி வந்திருக்கிறேன்" என்றான்.

துறவி வெளியே வந்து, 'என்னென்ன பழிகளை நீ சுமந்து கொண்டிருக்கிறாய்?' என்று கேட்டார். அவன் நிகழ்ந்தவற்றை யெல்லாம் விவரமாகக் கூறினான். அவனை ஒரு கோடரியை எடுத்துக் கொண்டு தன்னுடன் வரும்படி கூறினார் துறவி.

பின்னர் சிறிது தூரத்தில் இருந்த ஒரு மரத்தைக் காண்பித்து அதை வெட்டி மூன்று துண்டுகளாகப் பிளக்கும்படி சொன்னார். அவன் அவர் சொன்னபடி செய்தான். பிறகு அதற்கு நெருப்பு வைக்கச் சொன்னார். அவன் அப்படியே செய்தான். அந்தக் கட்டைகள் எரிந்து கரித்துண்டுகள் ஆயின. அவற்றைப் பூமியில் புதைக்கும் படி சொன்னார். அவன் அப்படியே புதைத்தான்.

"அதோ ஒரு குன்று இருக்கிறது பார். அதன் அடிவாரத்தில் ஒரு நதி ஓடுகிறது. அதிலிருந்து உன் வாயால் தண்ணீரைக் கொண்டு வந்து தினமும் மூன்று முறை இதில் ஊற்ற வேண்டும். எரிந்த கட்டைகள் ஆப்பிள் மரங்களாக மாறும்வரை இப்படி நீ செய்து வர வேண்டும். அப்படிச் செய்தால் உலகிலிருந்து தீமையை அகற்று வது எப்படி என்பதை நீ தெரிந்து கொள்வாய். அத்துடன் உன் பாவங்களுக்கும் விமோசனம் உண்டாகும்!" என்று கூறி விட்டுத் துறவி குடிசைக்குள் சென்றார்.

துறவி சொன்னதை யோசித்துப் பார்த்தான் அவன். ஆனால் அவர் ஏன் அப்படிச் சொன்னார் என்பதிலுள்ள அர்த்தத்தை அவனால் புரிந்து கொள்ள இயலவில்லை. இருந்தாலும் அவர் சொன்னபடியே செய்யத் தொடங்கினான். மூன்று குச்சிகளுக்கும் மூன்று முறை நீர் கொண்டு வந்து தெளித்தான்.

சிறிது நேரத்தில் அவனுக்குப் பசியும் களைப்பும் உண்டாகவே, துறவியிடம் சென்று உணவு கேட்க நினைத்து அந்தக் குடிலின் கதவைத் திறந்தான். அங்கே துறவி இறந்து கிடந்தார். அவர் அருகே கிடந்த ரொட்டித் துண்டுகளை எடுத்துத் தின்று விட்டு, அவரைப் புதைக்கக் குழி தோண்டி விட்டு அவரைத் தூக்கிச் சென்று புதைக்கும்போது, அவரைக் காண்பதற்காகச் சில விவசாயிகள் வந்தார்கள்.

துறவி இறந்து விட்டதை அறிந்த அவர்கள், துறவிக்குப் பிறகு அவனையே அவர் தன் வாரிசாக நியமித்திருப்பதாகக் கருதி அவனுக்கு உணவு கொடுத்து உபசரித்தார்கள்.

துறவியின் குடிசையில் தங்கித் தினமும் வாயில் நீர் கொண்டு வந்து அவன் தெளித்தான். இவ்வாறு ஆண்டு ஒன்று கழிந்தது. அந்தக் காலத்தில் பலர் அவனைப் பார்க்க வந்தார்கள். அக்கம் பக்கத்தில் எல்லாம் அந்தச் செய்தி பரவி இளந்துறவியைக் காணப் பல பகுதிகளிலிருந்தும் வியாபாரிகள் பரிசுப் பொருள் களுடன் வந்து பார்த்துச் சென்றனர். அந்தப் பரிசுகளை அவன் வைத்துக் கொள்ளாமல் ஏழைகளுக்கு வழங்கி விடுவான்.

அவனது ஒரு தினத்தின் பாதிப்பொழுது வாயில் நீர் கொண்டு வந்து ஊற்றுவதிலும் மீதிப் பொழுது காண வருபவர்களைக் கண்டு பேசுவதிலும் கழிந்தது.

இப்போது இரண்டாவது ஆண்டு கழிந்து மூன்றாவது ஆண்டு ஆரம்பித்திருந்தது. அவனும் தினந்தோறும் நீர் ஊற்றத் தவற வில்லை. ஆனால், அந்த இடத்திலிருந்து சிறு துளிர்கூடக் கிளம்ப வில்லை.

ஒருநாள் இளந்துறவி குடிசைக்குள் இருக்கும்போது, குதிரை மீது யாரோ சவாரி செய்யும் சத்தம் கேட்டது. உடனே அவன் வெளியே வந்து பார்த்தான். அழகும் இளமையும் நிறைந்த இளைஞன் ஒருவன் குதிரை மீதேறி சவாரி செய்வதைக் கண்டான். அவனை அழைத்து விசாரித்தான். "நான் ஒரு வழிப்பறிக் கொள்ளைக்காரன். எவ்வளவு பேரைக் கொலை செய்கிறேனோ அவ்வளவுக்கவ்வளவு நான் மகிழ்ச்சி அடைவேன்" என்றான் அவன். இதைக் கேட்டதும் துறவியின் உடல் நடுங்கியது.

கார்த்தீபன் 155

"இங்கே பலர் தங்கள் பாவத்துக்கு வருந்தி மன்னிப்புப் பெற வருகிறார்கள். கடவுளிடம் உனக்குப் பயம் இருக்காது என்று நினைக்கிறேன். அப்படி இல்லையென்றால் வேறு இடத்துக்குச் சென்று விடு. இந்தப் பகுதிக்கு வந்து என் அமைதியைக் கெடுக்காதே!" என்றான் துறவி. அதைக் கேட்டு அவன் சிரித்தான்.

"கடவுளிடம் எனக்கு எந்தவிதப் பயமும் இல்லை; நீ கூறுவதையும் நான் கேட்கப் போவதில்லை; உன் பிரார்த்தனையால் நீ உயிர் வாழ்கிறாய்! நானோ நான் செய்யும் கொலைகளினால் உயிர் வாழ்கிறேன். ஒவ்வொருவரும் ஏதோ ஒரு விதத்தில் வாழத்தானே வேண்டும். உன்னைத் தேடி வருபவர்களுக்கு உன் உபதேசத்தை நீ செய்; எனக்கு அது வேண்டாம். கடவுளைப் பற்றி எனக்கு இன்று நீ நினைவு படுத்தியதற்காகவே இன்றைக்கு இரண்டு பேரைக் கொலை செய்யப்போகிறேன். இந்த விநாடியே உன்னைக் கொன்றிருப்பேன்; ஆனால், இப்போது என் கைகளைக் கறைப்படுத்திக் கொள்ள விரும்பவில்லை. வீணாக என் வேலையில் தலையிடாதே" என்று ஒரு பெரிய பிரசங்கமே செய்து விட்டுப் போய்விட்டான். அதற்குப் பிறகு அந்தப் பக்கமே அவன் வரவில்லை.

துறவி எட்டு ஆண்டுகள் அந்த இடத்திலேயே அமைதியாக வாழ்ந்தான்.

துறவி வழக்கம்போல் ஒரு நாள் நீர் தெளித்து விட்டுக் குடிசையில் உட்கார்ந்திருந்தான். யாருமே அன்றைக்கு அவனைக் காண வரவில்லை. மாலை வரை அவன் அப்படித் தனியாகவே இருந்தான். அந்த சமயத்தில் சலிப்படைந்து தனது கடந்த கால வாழ்வைப் பற்றிச் சிந்திக்கத் தொடங்கினான். 'கடவுள் விதித்த முறையில் தான் வாழவில்லை' என்ற எண்ணம் அவன் மனதில் தோன்றியது.

'பெரியவர் என்னை ஒரு தவ முறையைப் பின்பற்றச் சொன்னார். நானோ அதை உயிர் வாழவும் புகழ் சேர்ப்பதற்கும் பயன்படுத்திக் கொண்டு விட்டேன். இனி இவ்வாறு நான் வாழ்க்கை நடத்தக்கூடாது. பிறர் புகழ்ச்சியால் நான் மிகவும் நிலை தடுமாறி விட்டேன். எனது பழைய பாவங்களுக்குப்

பிராயச்சித்தம் தேடுவதற்குப் பதிலாக புதிதாகப் பல பாவங்களை என் கணக்கில் சேர்த்துக் கொண்டேன்.' என எண்ணியபடி, மக்கள் காண முடியாத காட்டுப் பக்கமாகப் போய்த் தவம் செய்து தன் பாவத்தைப் போக்கத் தீர்மானித்துப் புறப்பட்டான். அவன் கையில் ஒரு ரொட்டிப்பையும் கோடரியும் இருந்தது.

அப்பொழுது வழிப்பறிக் கொள்ளைக்காரன் ஒருவன் அவன் எதிரே வந்தான். "எங்கே போகிறாய்?" என்று அவனைப் பார்த்துக் கேட்டான்.

"யாருமே என்னைக் காண முடியாத காட்டுக்குப் போய் நான் மறைந்து வாழ விரும்புகிறேன்" என்றான் துறவி.

அதைக் கேட்டதும் அவன் சிரித்துக் கொண்டு, "யாரும் உன்னைக் காண வராவிட்டால் எவ்வாறு நீ உயிர் வாழ்வாய்?" என்று கேட்டான்.

துறவி அதைப் பற்றியெல்லாம் நினைத்துப் பார்க்கவில்லை. அப்பொழுது தான் உணவைப் பற்றிய நினைப்பே அவனிடம் எழுந்தது. "கடவுள் எனக்கு அதற்கு வழிகாட்டுவார்!" என்று அவன் பதில் அளித்தான்.

வழிப்பறிக் கொள்ளைக்காரன் மேற்கொண்டு எதுவும் பேசாமல் அங்கிருந்து புறப்பட்டான்.

'அவன் மனம் இரங்கித்தான் செய்த பாவத்துக்கு வருந்துகிறான் போலும். தவிர, இன்று அவன் தன்னைக் கொன்று விடுவதாகக் கத்தியைக் காட்டி மிரட்டவில்லையே' என எண்ணி, "நீ செய்த பாவத்தை எண்ணி வருந்து; கடவுளிடமிருந்து உன்னால் ஒரு நாளும் தப்ப முடியாது" என்றான் துறவி.

இதைக் கேட்டதும் அவன் குத்துவாளை எடுத்து ஆட்டி, "இரண்டு தடவை போனால் போகிறதென்று உன்னைக் கொல்லாமல் விட்டு விட்டேன். மூன்றாவது முறை அந்த மாதிரி ஒரு சந்தர்ப்பம் ஏற்பட்டால் உன்னைக் கொன்று விடுவேன்" என்று கூறி விட்டுப் புறப்பட்டுப் போய் விட்டான். துறவி அன்று மாலை தண்ணீர் ஊற்றப்போகும்போது ஒரு குச்சியில் துளிர்விட்டிருந்ததைக் கண்டான்.

அன்றிலிருந்து மக்களிடமிருந்து விலகித் தனியே வாழத் தொடங்கினான், துறவி. அவன் பையிலிருந்த ரொட்டிகள்

இப்போது தீர்ந்துபோயின. எங்கேயாவது போய் வேர்களைத் தேடிக் கொண்டு வர அவன் எண்ணியபோது கண் எதிரில் சிறு ரொட்டி மூட்டை ஒன்று தொங்கியதைக் கண்டான். அதை எடுத்துச் சாப்பிட்டான். மறுபடியும் ஒரு மூட்டை அங்கே தொங்கியது.

துறவி அதற்குப் பிறகு அங்கே கவலையே இல்லாமல் வாழ்ந்தான். ஆனால் வழிப்பறிக் கொள்ளைக்காரனை நினைத்தால் மட்டும் அவனுக்குப் பயம் வந்து விடும். அவன் தன்னைக் கொன்று விட்டால் தன்னுடைய பாவங்களைப் போக்க முடியாமல் போய் விடுமே என்ற கவலை அவனுக்கு.

மேலும் பத்து ஆண்டுகள் சென்றன. ஆப்பிள் செடி ஒன்று மட்டும் அங்கே முளைத்தது. மற்ற இரண்டும் துளிர்விடவில்லை.

துறவி ஒருநாள் சீக்கிரம் எழுந்து வழக்கம்போல் தண்ணீர் கொண்டு போய்த் தெளித்தான். பிறகு களைப்பு மேலிட்டதால் அப்படியே அங்கேயே உட்கார்ந்து விட்டான்.

'நமக்கு இப்போது மரண பயம் உண்டாகி விட்டதே! இதன் மூலம்தான் விமோசனம் ஏற்பட வேண்டும் என்று கடவுள் விதித்திருக்கிறாரோ' என எண்ணினான்.

இந்த எண்ணம் தன் மனதில் தோன்றியவுடனேயே வழிப்பறிக்காரன் தன்னை நோக்கி வருவதைக் கண்டான். இப்பொழுது கூட ஒருவனுடன் அவன் அங்கே வந்தான். அவனுடைய கைகள் கட்டப்பட்டு வாயில் துணி அடைக்கப் பட்டிருந்தது.

"இவனை எங்கே கொண்டு போகிறாய்?" என்று கேட்டான் துறவி.

"இவன் ஒரு வியாபாரியின் மகன். இவன் தந்தை பணத்தை எங்கே மறைத்து வைத்திருக்கிறான் என்பதை இவன் சொல்ல மறுக்கிறான். காட்டுக்கு இழுத்துப் போய் அடித்து உண்மையை இவனிடமிருந்து தெரிந்து கொள்ளப் போகிறேன்" என்றான்.

"அவனை விட்டு விடு!" என வழியை மறித்தான் துறவி.

வழிப்பறிக்காரனுக்குக் கோபம் மிகுந்தது. "வெகு நாட்க ளாகவே உன்னைக் கொல்லாமல் விட்டு வந்திருக்கிறேன். பேசாமல் நாங்கள் போவதற்கு வழியை விடு" என்றான்.

கத்தியை எடுத்து வியாபாரியின் மகனின் கட்டுகளை அறுத்து அவனை விடுவித்தான் துறவி.

"இரண்டு பேரும் ஓடிப்போய் விடுங்கள். மீண்டும் என் வழிக்கு வரவேண்டாம்" என்றான் வழிப்பறிக் கொள்ளைக் காரன்.

உடனே வியாபாரியின் மகன் ஓடிப்போய் விட்டான்.

வழிப்பறிக்காரன் அங்கிருந்து புறப்பட்டான். அவனைப் பார்த்துத் தவறான போக்கை இனிமேலாவது கைவிடுமாறு வேண்டிக் கொண்டான் துறவி. அதற்குப் பதில் ஏதும் சொல்லாமல் அவன் போய் விட்டான். வழக்கம்போல் மறுநாள் காலையில் தண்ணீர் ஊற்றச் சென்றான் துறவி. அப்போது இரண்டாவது செடியும் முளைத்திருந்தது.

மேலும் பத்து ஆண்டுகள் சென்றன.

ஒரு நாள் கவலையோ பயமோ இல்லாமல், நிம்மதியாக உட்கார்ந்திருந்தான் துறவி.

"மக்களிடம் கடவுள் எவ்வளவு கருணை காட்டியிருக்கிறார். இருந்தும் நிம்மதியாக வாழ வேண்டிய அவர்கள் ஒரேயடியாகக் குழம்பித் தவிக்கிறார்களே" எனத் துறவி அந்த சமயத்தில் எண்ணிக் கொண்டான்.

அப்போது வழிப்பறிக்காரன் குதிரை மீது வரும் சத்தம் கேட்டது. அவன் வந்ததும், துறவி அவனை அணைத்துக் கொண்டே, "சகோதரனே! உன் ஆத்மாவிடம் இரக்கம் காட்டு. அதிலேகூடக் கடவுள் இருக்கிறார். உன்னையும் வருத்திக் கொண்டு பிறரையும் வதைக்காதே. வீணாக அழிந்து போகாதே. உன் போக்கை மாற்றிக் கொள்" என்றான்.

கொள்ளைக்காரன், "என்னை விட்டு விடு" என்று கூறி, முகத்தைச் சுழித்துக் கொண்டான்.

அதைப் பொருட்படுத்தாமல் அவனுடைய கால்களைக் கட்டிக் கொண்டு கண்ணீர் விட்டான் துறவி.

வழிப்பறிக்காரன் அதற்குமேல் தாங்க முடியாமல் குதிரையை விட்டு இறங்கித் துறவியை வணங்கினான்.

"பெருமானே! இருபது ஆண்டுகளாக உங்களை எதிர்த்து நின்ற என்னை வென்றுவிட்டீர்கள். இப்பொழுது நான் மெய்மறந்த நிலையில் உள்ளேன். முதல் முறை நீங்கள் எனக்குப் புத்திமதி கூறியபோது கோபப்பட்டேன். நீங்கள் மக்களிடமிருந்து விலகி இருக்கத் தொடங்கியபோதே நீங்கள் கூறியவற்றைப் பற்றிச் சிந்திக்கத் தொடங்கினேன். அன்று முதல் ஒவ்வொரு நாளும் ரொட்டி மூட்டை ஒன்றை இங்கே கட்டித் தொங்க விட்டு வந்தேன்."

தன்னைப் பற்றிய சிந்தனையை தன் மனதிலிருந்து நிறுத்திய பிறகே இதயம் பரிசுத்தம் அடைந்து தன்னால் மற்றவர்களைத் திருத்த முடிந்தது என்பதைத் துறவி உணர்ந்து கொண்டான்.

வழிப்பறிக்காரன் மேலும் கூறத் தொடங்கினான்:

"என்னால் மரணம் உண்டாகும் என்ற பயத்தை நீங்கள் விட்டபோதிலிருந்தே என் மனத்தில் மாறுதல் உண்டாக ஆரம்பித்து விட்டது."

கடவுள் விட்ட வழி என்று தன் வாழ்க்கையை அவரிடம் ஒப்படைத்த பின்னரே மரண பயம் தன்னை விட்டு நீங்கியது என்பதைத் துறவி நினைவுபடுத்திக் கொண்டான்.

"எனக்காக நீங்கள் கண்ணீர் சிந்தியபோதே என் மனம் முழுவதுமாக மாறி விட்டது" என்றான் வழிப்பறிக்காரன்.

இதைக்கேட்ட துறவியின் மனம் நெகிழ்ந்தது. தினமும் நீர் ஊற்றி வளர்த்து வந்த இடத்துக்கு அவனை கூட்டிச் சென்றான். என்ன ஆச்சரியம்! அங்கே மூன்றாவது செடியும் முளைத்திருந்தது.

தம்முடைய பாவங்களுக்கு எல்லாம் விமோசனம் ஏற்பட்டு விட்டது என்பதைத் துறவி தெரிந்து கொண்டு மகிழ்ந்தான்.

வழிப்பறிக்காரனை அருகில் அழைத்துத் தம்மைப் பற்றிய விவரங்களை எல்லாம் கூறினான். உடனே அவன் உயிர் பிரிந்து விட்டது.

வழிப்பறிக்காரன் அவனுடைய உடலைப் புதைத்து விட்டு, மனம் திருந்தி, அவன் கூறிய நல்லுரைகளைப் பின்பற்றி நடக்கலானான்.